दिलखुलास

'दिलीपराज प्रकाशन प्रा. लि.'च्या नवीन पुस्तकांची यादी व माहिती हवी असल्यास आपला पत्ता, दूरध्वनी क्रमांक किंवा Email आमच्या diliprajprakashan@yahoo.in या Email address वर पाठवावा किंवा आमच्याशी दूरध्वनी क्रमांक फॅक्ससहित : ०२०-२४४८३९९५/२४४९५३१४ / २४४७१७२३ यावर संपर्क साधावा.
आमच्या वेबसाईटला एकदा अवश्य भेट द्या.
Website: www.diliprajprakashan.com

दिलखुलास

(विनोदी कथासंग्रह)

सुभाष भेण्डे

दिलीपराज प्रकाशन प्रा. लि.
२५१ क, शनिवार पेठ, पुणे - ४११ ०३०.

दिलखुलास / Dilkhulas

प्रकाशक
राजीव दत्तात्रय बर्वे,
मॅनेजिंग डायरेक्टर,
दिलीपराज प्रकाशन प्रा. लि.,
२५१ क, शनिवार पेठ,
पुणे - ४११ ०३०

© अजय भेण्डे
५, ज्ञानदेवी, साहित्य सहवास, कलानगर,
वांद्रे (पू.), मुंबई ४०० ०५१

प्रकाशन दिनांक : १५ जुलै २०११

प्रकाशन क्रमांक : १८८२

ISBN : 978-81-7294-879-5

टाईपसेटिंग
पितृछाया मुद्रणालय,
९०९, रविवार पेठ, पुणे - ४११ ००२

मुखपृष्ठ
सुहास चांडक

मुंबईच्या धावपळीच्या जीवनातील विश्रांतिस्थान
डॉ. द. कृ. सुखटणकर
यांना ---

अनुक्रम

.१.

बारटक्के आणि कॅबेरे डान्सर

'भुस्कुटे आणि भुस्कुटे कंपनी'च्या निर्यात-व्यापारविभागाचे प्रमुख श्री. बारटक्के गेल्या काही दिवसांपासून मोठ्या काळजीत होते. अर्थात् त्याला कारणही तसंच जबरदस्त होतं. 'भु. आणि भु. कंपनी' म्हणजे शेंगदाणे फोडण्याच्या— म्हणजे शेंगदाण्यावरची टरफलं काढण्याच्या— यंत्राचं उत्पादन करणारी जगप्रसिद्ध फर्म. युगांडापासून ग्वाटेमालापर्यंत सर्व क्षेत्रांत ही यंत्रं निर्यात होत. ज्या देशात शेंगदाणे पिकत नसत, तिथं बदाम फोडण्यासाठी या यंत्रांचा उपयोग केला जाई. कंपनीचा ज्या-ज्या देशांशी व्यापार होता, तेथील प्रमुख व्यापाऱ्यांचा एक मेळावा 'भु आणि भु. कंपनी'तर्फे भरणार होता. मेळावा संपल्यानंतर एक खास करमणुकीचा कार्यक्रम पाहुण्यांसाठी सादर करण्याचं भुस्कुट्यांनी (थोरली पाती) फर्मान सोडलं होतं.'तुमचं नेहमीचं ते ट्याँव-ट्याँव आणि भरतनाट्यम् नको; काहीतरी स्पेशल हवं! असं चक्क त्यांनी बारटक्क्यांना बजावलं होतं. गेल्या आठवड्यात भुस्कुट्यांनी (थो. पा.) त्यांना घरी बोलावून घेतलं होतं. बशीतले खारे दाणे (कंपनीनं बनवलेल्या यंत्रानं शेंगदाण्यावरची टरफलं काढलेली होती, हे बारटक्क्यांनी दाणे पाहिल्यावरच ओळखलं!) प्रेमानं ऑफर करत भुस्कुटे थो. पा. म्हणाले, "बारटक्के, टोकियोहून ढोलामारू आणि काकाकुवा येणार आहेत मेळाव्यासाठी."

"यस् सर."

"इंडोनेशियाहून बाळारेजोजो आणि ब्रह्मदेशहून विन मिन थान येणार आहेत."

"वा वा! अलभ्य लाभ!" बारटक्के ही नावं प्रथमच ऐकत होते. परंतु थो. पा. ना बरं वाटावं म्हणून काहीतरी दडपून देतो ऐसाजे!

"नुसती मान हलवू नका. कामाला लागा, कामाला लागा!" थो. पा. निष्कारण खेकसले. बारटक्के उठून कामाला लागणार होते. पण कामाला लागायचं म्हणजे एक्झॅक्टली काय करायचं, हे विचारायचं राहून गेलं होतं. "पण सर, मी काय करावं असं तुमचं मत आहे?"

"एक उत्कृष्ट एंटरटेनमेंट प्रोग्राम अॅरेंज करायचा."

"हात्तिच्या! अॅरेंज झालाच म्हणून समजा!"

"हे बघा, तुमचं ते ट्यँव -ट्यँव करणारं, हृदय पिळून काढणारं व्हायोलिन नको! ते तुमचं ता थय्या भरतनाट्यम्ही नको!– नुसतं एका जागी उभं राहून डोळे एकदा इकडे नि एकदा तिकडे फिरवायचे! मागच्या मेळाव्याच्या भरतनाट्यम्च्या वेळी थायलंड आणि त्रिनिदाद या दोन्ही भागांतले व्यापारी सोडून सगळे घोरत होते! थायलंडच्या माणसाला निद्रानाशाचा विकार होता आणि त्रिनिदादला त्या वेळी दिवसाचे आठ-नऊ वाजले होते, म्हणून दोघे झोपू शकले नाहीत! नाहीतर माझ्यासकट सगळे..."

"आठवतं सर."

"मग या वेळी काहीतरी स्पेशल पाहिजे— पाहुण्यांची तब्येत एकदम खूश झाली पाहिजे! दरडोई शंभर दोनशे यंत्रांची ऑर्डर वाढली पाहिजे! काय? जमेल काय?"

"विचार केला पाहिजे."

"करा. उद्यापासून आठ दिवस रजा घ्या. मेळाव्याची तयारी करा— विशेषत: करमणुकीचा कार्यक्रम! पैसे कितीही लागले तरी चिंता नाही!— घ्या, खारे दाणे घ्या."

बारटक्क्यांनी या वेळी खारे दाणे घेतले नाहीत. मालकांनी सांगितलेलं काम कसं पार पाडावं, या चिंतेत खारे दाणे गोड— म्हणजे खारे कसे लागतील?

दिवसभर बारटक्के चिंताव्यग्र होते. इतके की, जेवताना 'पोळी वाढ'ऐवजी त्यांनी सौ.ला 'विन मिन थान वाढ' म्हटलं. आणि मुलगी रेडिओवरचा व्हायोलिन-वादनाचा राष्ट्रीय कार्यक्रम ऐकत होती, तेव्हा त्यांनी "ते ट्यॅव-ट्यॅव काय ऐकते आहेस? काहीतरी स्पेशल ऐक!" असं ओरडून रेडिओचा कान सर्व शक्तिनिशी पिरगाळला.

दुसऱ्या दिवशी सकाळी स्नान करताना त्यांना एकदम एक सुरेख कल्पना सुचली. आपल्या कल्पनेवर ते इतके खूश झाले की, आर्किमिडिजप्रमाणं 'युरेका

युरेका' म्हणत ते ओरडत स्नानगृहाबाहेर आले असते. पण अंगावर कपडे ठेवून स्नान करण्याची त्यांना सवय असल्यानं त्यांना तो बेत कॅन्सल करावा लागला.

कल्पना नामी होती यात तिळमात्र संशय नव्हता. गेल्या महिन्यात मुंबईला गेल्या वेळी 'व्हीनस' हॉटेलात जिचा आपण डिनर डान्स पाहिला– डोळे भरून पाहिला, ती कॅबेरे डान्सर— मिस् शार्लोटे! बस्स! त्या मदनमस्त सुंदरीला खास आमंत्रण द्यायचं. कितीही पैसे लागले तरी चिंता नाही! स्पेशल प्रोग्रॅम हवा काय? घ्या! आणि व्हा धन्य!

टॉवेलनं अंग पुसता-पुसता बारटक्के आठवत होते... गेल्या महिन्यात कंपनीच्या कामासाठी ते मुंबईला गेले होते तेव्हा कंपनीच्या मुंबईतल्या डीलरनं त्यांना रात्री खास डिनर-डान्सला नेलं होतं. इतकी वर्षं बारटक्के पुण्याहून मुंबईला जात होते; पण सिनेमा-नाटकं, फार फार तर सर्कस— यापलीकडे त्यांनी करमणुकीचे कार्यक्रम पाहिलेच नव्हते. तेव्हा जयसिंघानीनं 'व्हीनस'मध्ये त्यांना नेलं, तेव्हा ते उत्सुकतेनं पुढं काय पाहायला मिळणार याची वाट पाहत होते.

हॉटेल गच्च भरलेलं होतं. कॉलेजमधली पोरंटोरं चिक्कार! शिवाय जोडपी– पण बहुधा लग्न न झालेली! दिवे मंद पेटलेले होते. वातावरण मोठं रोमांचकारी होतं. इंग्रजी वा इंग्रजी सिनेमाची भ्रष्ट नक्कल करणाऱ्या हिंदी सिनेमात असतं, तसं. भिंतीजवळच्या प्लॅटफॉर्मवर ऑर्केस्ट्रा वाजत होता. एक तंग कपड्यांतली टंच पोरगी किरट्या आवाजात इंग्रजी गाणं गात होती. 'लव्ह' आणि 'किस्' हे दोन शब्द त्या गाण्यात आलटून-पालटून घातलेले होते.

एकदम सगळे दिवे मालवले गेले. मग एक गुलाबी प्रकाशाचा झोत... गाऊनअवगुंठित, केसांची झुलपं सावरत उभी असलेली एक छटेल पोरगी... तिनं गाउन खाली भिरकावला आणि बारटक्क्यांनी गप्पदिशी डोळे मिटून घेतले. बाप रे! कमीत कमी कपड्यांत नाचणाऱ्या त्या गोऱ्या कातडीच्या मुलीवर त्यांची नजरच ठरेना... डोळे दिपून गेले... सौ. बारटक्के आठवल्या! त्या मुलीवर खिळलेली आपली अधाशी नजर सौ. बारटक्क्यांनी पाहिली असती, तर त्या छोट्या हॉटेलात आकाश आणि पाताळ यांचा संयोग झाला असता, यात खुद्द बारटक्क्यांना काडीमात्र शंका नव्हती!...

आरशात पाहून भांग पाडताना नि रुपेरी केस काळ्या केसांखाली चापून बसवताना बारटक्के नकळत 'जॅक अँड जिल् वेंट अप् द हिल्' ह्या त्यांना ठाऊक असलेल्या एकुलत्या एका इंग्रजी गाण्याची धून गुणगुणू लागले.

काय पोरगी होती! छ्या! सिनेमात पाहणं वेगळं आणि दोन फुटांवरून पाहणं वेगळं! सगळे अवयव असे हलवत होती की, स्वत: बारटक्क्यांनाच लाज

वाटत होती. गुलाबी रंगाचे तलम पाय हवेत अधांतरी असे उडवत होती की, सगळा प्राण डोळ्यांत गोळा करून पाहावं लागत होतं! मधेच तिनं अनेकांच्या डोक्यावर टपला मारल्या. काहींच्या गालाला चिमटे घेतले. एकाच्या हनुवटीला हात लावला आणि बारटक्क्यांच्या नाकावर एक नाजूक टिचकी मारली.

अजून नाक झिणझणत होतं. साला, असा मुलायम स्पर्श आयुष्यात प्रथमच!

आरशात पाहून त्यांनी टाय बांधला. कॉलर ताठ केली. मग नाकावरून हलकासा हात फिरवून ते ऑफिसला निघाले. तिथं आठ दिवसांच्या रजेचा अर्ज टाकून ते तडक स्टेशनवर गेले.

मुंबईला पोचल्यावर त्यांनी जयसिंघानीची भेट घेतली आणि पुण्याला खास कार्यक्रमासाठी त्या मिस् शार्लोटेला आमंत्रण देण्याचा आपला मनोदय सांगितला.

जयसिंघानी प्रथम हबकलाच. ''मिस्टर बारटक्के, ती छोकरी पुण्याला कशी येईल?''

''आली पाहिजे!'' बारटक्के डोळे बारीक करून म्हणाले. निश्चयी स्वर काढताना सायमलटेनियस्ली त्यांचे डोळे बारीक होत.

''पण ती त्या हॉटेलात नोकरीला आहे.''

''असेल!''

''तिचा पर-डे पगार ठरलेला असेल.''

''त्याच्या चौपट पैसे आपण हॉटेलला देऊ.''

''पण... पण... पुण्याला तिची राहण्याची व्यवस्था?...''

''पॉश् हॉटेलात करू!''

जयसिंघानीनं मोटार बाहेर काढली आणि बारटक्क्यांना घेऊन तो 'व्हीनस'कडे निघाला.

चार वाजले होते. कॉफी-डान्सचा प्रोग्राम सात वाजता होता. त्यापूर्वी त्या शार्लोटेला गाठलं पाहिजे.

तिच्या रूमपाशी एक पट्टेवाला घोटाळत होता. तो प्रथम आडवा आला. ''बाईजीका मेकप्का वक्त है।''

"मग आपण थोडा वेळ थांबू." बारटक्के मवाळपणानं जयसिंघानीला म्हणाले.

"हुं:! आत्ताच आत जाण्यात गंमत आहे!" जयसिंघानी हसला. त्यानं दहा रुपयांची नोट पट्टेवाल्याच्या हातात सरकवली. पट्टेवाल्यानं मुकाट्यानं दार उघडलं.

मिस् शार्लोटेच्या अंगावरील तंग कपड्यांकडे पाहून न पाहिलंसं करत बारटक्क्यांनी आपल्या येण्याचा हेतू सांगितला. हा कंपनीच्या नि पर्यायानं भारताच्या प्रतिष्ठेचा प्रश्न कसा आहे, हे त्यांनी तिला सांगितलं. तिच्यासारख्या छोकरीनं मस्त कार्यक्रम सादर केला तर कंपनीची किती यंत्रं खपतील, त्यामुळं भारताला किती परकीय चलन मिळेल नि भारताची आर्थिक भरभराट कशी झपाट्यानं होईल, हे त्यांनी त्या

अँग्लो-इंडियन मुलीला पटवून दिलं. ते सांगताना भारताच्या आजच्या हलाखीच्या आर्थिक परिस्थितीचं करुणास्पद चित्र आकडेवारीनिशी तिच्यापुढं रेखाटायला ते विसरले नाहीत.

आपल्या एका कॅबेरे डान्समुळं आर्थिकदृष्ट्या रसातळाला जाणाऱ्या एका देशाची उन्नती होत असेल, तर आपण पुण्याला जरूर येऊ, असं मिस् शार्लोटेनं चेहऱ्यावरून पावडरचं पफ् फिरवताना, लिप्स्टिकची कांडी ओठावरून ओढताना आणि रूज गालांवर थापताना बारटक्क्यांना सांगितलं. ते ऐकून बारटक्क्यांना एवढा आनंद झाला, की मागं एकदा सौ. बारटक्के सहा महिन्यांसाठी माहेरी गेल्या त्या वेळी त्यांना झालेला आनंद फिका पडावा!

मिस् शार्लोटेनं मागितलेल्या पैशांपेक्षा दुप्पट पैसे देऊ करून बारटक्के पुण्याला परतले. त्यानंतर कार्यक्रमाची तयारी करताना ते बेहद्द खुशीत होते. घरी येता-जाता ते शीळ घालू लागले. बाथरूममध्ये गुणगुणू लागले. आरशापुढं ते तासन् तास उभे राहू लागले. शार्लोटेच्या दिव्य स्पर्शानं पुनित झालेल्या आपल्या नाकावरून त्यांनी अगणित वेळा हात फिरवला. नाकावर मखमलीची लव उठल्याचं त्यांना आढळून आलं.

सौ. बारटक्के त्यांना म्हणाल्यासुद्धा— "मुंबईहून आल्यापासून स्वारी फार खुशीत दिसत्येय!"

"हूं!" बारटक्के तोंडाचा चंबू करून शीळ घालत होते.

सौ. बारटक्क्यांना दुष्ट शंका आली. "का? कुणी बाईबिई भेटली वाटतं या मुक्कामात?"

"भेटली तर! पुण्यालासुद्धा येणार आहे." बारटक्क्यांनी जीभ चावली. हे कॅबेरे-प्रकरण सौ.पासून लपवून ठेवण्यात, गृहसौख्याच्या दृष्टीनं फायदा होता! "तीच का हवी, आधी कुठं भेटली होती, तिकडे गेलातच का मुळी, तुम्ही असेच पाघळता" — वगैरे वगैरे सरबत्ती तूर्त तरी त्यांना नको होती. कार्यक्रमाचा मूड गेला असता. भुस्कुटे (थोरली पाती) रागावले असते. ट्रेड डेलिगेशन हिरमुसलं असतं. कंपनीचा फायदा चुकला असता. फॉरिन एक्स्चेंज भारताला कमी मिळालं असतं!... हे सगळं बारटक्क्यांना नको होतं.

"काय म्हणता? पुण्याला येणार? कोण ती?" परदेशी हुंडणावळ कशाशी खातात, ते माहीत नसल्यानं सौ. बारटक्क्यांनी बारटक्क्यांना अवचित पकडलं.

"होय. एक मुलगी. मग तर झालं? म्हणे कोण बाईबिई भेटली वाटतं मुंबईला! अगं, एकपत्नीव्रत पाळणाऱ्या रामानंतर ते खडतर व्रत पाळणारा मी! आणि म्हणे कोण भेटली का!" सात्त्विक संतापानं बारटक्के ओरडले. पवित्रा

बदलण्याशिवाय त्यांना मार्गच नव्हता. सौ. बारटक्के आमटीत फोडणी टाकायला आत गेल्या आणि नाकावरून आणखी एकदा हात फिरवून बारटक्के बाहेर पडले. कार्यक्रमासाठी थिएटर ठरवायचं होतं. त्या मुख्य कार्यक्रमाआधी एक-दोन छोटे कार्यक्रम ठरवायचे होते.

कार्यक्रम दोन दिवसांवर आला. भुस्कुटे (थोरली पाती) बारटक्क्यांना म्हणाले, "काय हो बारटक्के, झाली का कार्यक्रमाची तयारी?"

"हो. झाली तर!"

"मग काय ठरवलाय् कार्यक्रम?"

"साहेब, आता नाही सांगत— एकदम रुपेरी पडद्यावर पाहा! पाहुणे अगदी खूश होऊन जातील! असला कार्यक्रम कधी पाहिला नसेल त्यांनी!"

"दरडोई शंभर-दोनशे यंत्रांची ऑर्डर वाढेल ना?"

"जास्तच; पण कमी नाही!" बारटक्क्यांचा हात नकळत नाकाकडे गेला.

मिस् शार्लोटे आदल्या दिवशी डेक्कन क्वीननं येणार होती. तिच्याबरोबरचा ऑर्केस्ट्रा दुसऱ्या दिवशी येणार होता. मिस् शार्लोटेला रिसीव्ह करण्यासाठी स्वत: बारटक्के स्टेशनवर गेले. फर्स्ट क्लासमधून पोरगी अशी अलगद उतरली की, तिच्याकडे नुसतं पाहतच राहावं! तिचा हात हातात घेऊन दाबताना बारटक्के देहभान विसरले. भानावर आले तेव्हा त्यांनी 'गुड मॉर्निंग' केलं आणि रात्र झाली आहे, हे ध्यानात येताच पुन्हा 'गुड् इव्हिनिंग' केलं.

कंपनीच्या गाडीतून त्यांनी शार्लोटेला एका पॉश् हॉटेलकडे रवाना केलं. आपल्या घरचा पत्ता व फोननंबर दिला. काही लागलं, तर आपण सेवेला आहोतच, असं पुन: पुन्हा सांगितलं व ते तृप्त मनानं घरी परतले. त्यांची मुलं अचंब्यानं पाहत होती, तरी ते शीळ घालत होते आणि जेवून शतपावली करताना गाणी गुणगुणत होते.

साधारण अकरा वाजता घंटी खणखणली म्हणून ते धडपडत बाहेर आले. मिसेस् बारटक्क्यांचा नुकताच डोळा लागला होता. बारटक्क्यांनी दार उघडलं. समोर पाहिलं—

'स्किनकलर्ड' नाइटफ्रॉक घालून दारात मिस् शार्लोटे उभी होती!

"यू? यू हिअर?" बारटक्क्यांना बोलणं सुधारेना.

"यस्. युवर फोन इज आऊट ऑफ ऑर्डर. म्हणून स्वत: यायला लागलं! बरं, एनी वे, ग्लॅड टु मीट यू अगेन!"

"पण का?... येणं का केलंत?"

"तुमच्या त्या हॉटेलमधे 'जीन' मिळत नाही. आणि 'जीन'चे दोन पेग

घेतल्याशिवाय मला झोप येत नाही!''

''जीन? तुम्ही 'जीन' पिता?'' बारटक्के भांबावून म्हणाले.

''पिता?... मी एक पेग संपवून आल्येय्! मुंबईहून येताना बाटली बॅगेत टाकली होती! बट् इट् इज् नॉट इनफ्! वन मोअर पेग प्लीज!'' ती पुढं झाली आणि तिनं चक्क बारटक्क्यांच्या खांद्यावर हात ठेवले. आपलं 'जीन' सुगंधित तोंड तिनं धोक्याची मर्यादा ओलांडून बारटक्क्यांच्या नाकाजवळ आणलं— त्यांची खातरजमा करण्यासाठी! बारटक्के झोकांड्या खात मागं सरकले. मागं सौ. बारटक्के उभ्या होत्या! स्वत:ला पुन: पुन्हा चिमटा घेत होत्या. आपण पाहतोय् ते सत्य की स्वप्न, याची शहानिशा करत होत्या!

बारटक्के पुटपुटले, ''तू इथं? कधी उठलीस?''

सौ. बारटक्के किंचाळल्या, ''का? उठायला नको होतं? समाधिभंग केला मी? मग जाते तर!'' आणि त्या तरातरा आतल्या बाजूला वळल्या.

विचार करायला अवसर नव्हता. उद्याच्या कार्यक्रमाचा विचका व्हायला नको असेल, तर या बयेला 'जीन' पाजली पाहिजे; नाहीतर तेवढ्या कारणासाठी ही बया मुंबईला परतायची लगोलग!

बारटक्के नंतर मोटारीनं त्या शार्लोटेसह अनेक ठिकाणी हिंडले. तसल्या बाबतीत रस आलेल्या अनेक दोस्तांना त्यांनी रात्री उठवलं. आणि शेवटी एका काँग्रेस पुढाऱ्यानं उघडलेल्या नव्या हॉटेलात त्यांना हवी तेवढी 'जीन' मिळाली. 'जीन' नि ती बया हॉटेलात पोचती करून ते घरी परतले, तेव्हा मध्यरात्र उलटून गेली होती आणि हुंदके, उसासे यामुळं घरातलं वातावरण कुंद झालं होतं.

बारटक्के मुकाट्यानं झोपेच्या आधीन झाले. उद्याचा दिवस उलटला की गृहसौख्याला लागलेले तडे सांधायला बक्कळ सवड आहे; तूर्त ती शार्लोटे नि तिचा तो महान डान्स!...

दुसरा दिवस गर्दीत गेला. परदेशी शिष्टमंडळाचा मेळावा, चर्चा, चहापान, लंच, भाषणं... सगळा घोळ आटपून बारटक्के थिएटरमध्ये आले. शार्लोटे मेकप् करण्यात मग्न असलेली पाहून बारटक्क्यांनी सुटकेचा नि:श्वास सोडला. चला! अर्धं काम झालं!...

सनईवादन सुरू होऊन पडदा वर गेला. तोच बारटक्क्यांना शार्लोटेकडून निरोप आला—

''ताबडतोब या.''

''काय झालं?''

''आय् एम् टेरिबली हंग्री!''

''जेवण मागवू?''

''नाही. मी डान्स करण्यापूर्वी लाइट फूड घेते.''

''मग? डू यू वाँट? भजीज?''

''व्हॉट इज धिस डॅम् भजीज?''

''ऑर बटाटेवडा?''

''व्हॉट इज धिस रॉटन थिंग! आय वाँट सँडविचेस्! मटण सँडविचेस्! नाव्!''

थिएटरजवळची हॉटेल्स बंद झाली होती. कँपमधे जाणं, एवढाच एक मार्ग होता.

थिएटरात सनईवादन रंगात आलं होतं. त्यानंतर सतारवादन आणि मग डान्स! तत्काळ कँपकडे जाऊन सँडविचेस्ची व्यवस्था करणं आवश्यक होतं.

''मीही येते.'' शार्लोटे लडिवाळपणं म्हणाली.

''नको. मी घेऊन येतो.''

''तेवढंच मोकळ्या हवेत... प्लीज.''

त्या दिवशी बारटक्क्यांनी ज्या वेगानं गाडी चालवली, तेवढ्या वेगानं त्यांनी आयुष्यात कधी गाडी चालवली नव्हती! कँपमधला सिनेमा आत्ताच सुटला होता. हॉटेल्स् उघडी होती.

एका हॉटेलात ते शिरले. शार्लोटे सँडविचेस् खात होती. तोपर्यंत ते अस्वस्थपणं घड्याळाकडे पाहत होते. वेळेचा हिशेब करत होते. काउंटरकडे त्यांची दृष्टी वळली. सौ. बारटक्क्यांची बहीण व तिचा नवरा काउंटरकडून त्यांच्याकडे रोखून पाहत होती! मेहुणी डोळे विस्फारून आणि साडू डोळे मिचकावत! बारटक्के उठून त्यांच्या जवळ जाणार, तेवढ्यात ती दोघं निघूनसुद्धा गेली.

त्यानंतर आपण शार्लोटेसह थिएटरकडे कधी पोहोचलो, लोक पडदा उघडला जात नाही म्हणून कसे अस्वस्थ झाले होते, शार्लोटेनं तास-दीड तास 'कॅबेरे' कसा केला आणि तिला आपण शेवटी हॉटेलकडे पुन्हा कसं पोचवलं, यातलं काहीही बारटक्क्यांना नीटसं आठवत नव्हतं! मात्र, कार्यक्रम संपल्यानंतर मंडळींत झालेली चर्चा त्यांना आठवत होती...

''कार्यक्रम कुणी अ‍ॅरेंज केला?'' थायलंडचा व्यापारी विचारू लागला.

''आमचे एक्स्पोर्ट मॅनेजर मिस्टर बारटक्के.'' भुस्कुटे आणि भुस्कुटे या दोन्ही बंधूंनी अभिमानानं सांगितलं.

''तुमचे एक्स्पोर्ट मॅनेजर कोणकोणते देश पाहून आले आजपर्यंत?'' फ्रान्सच्या ट्रेड डेलिगेशनचा प्रमुख विचारता झाला.

"मुंबई, दिल्ली, कलकत्ता यापलीकडे गेलेलो नाही मी." बारटक्के उत्तरले.

"तुम्ही हॅम्बुर्गला या." —पश्चिम जर्मनीचा माणूस.

"निदान पॅरिसला." –फ्रान्स.

"कमीत कमी लंडनला." — इति इंग्लंड.

"का?" त्यांच्या आग्रहाचा रोख ध्यानात न येऊन बारटक्क्यांनी विचारलं.

"म्हणजे आज जे काही तुम्ही मिळमिळीत दाखवलंत— स्पेशल प्रोग्राम म्हणून दाखवलंत— ते पुन्हा कधी दाखवायच्या भानगडीत पडणार नाही तुम्ही!" ब्रह्मदेशचा तरुण उद्योगपती म्हणाला. बहुधा हाच तो विन मिन थान असावा!

पंक्चरलेल्या टायरप्रमाणं चेहरा करून बारटक्के तिथून निघाले. नाकाकडे जाणारा हात त्यांनी निग्रहानं खाली नेला.

चार दिवसांनंतर भुस्कुटे (थोरली पाती) त्यांना सांगत होते, "बारटक्के, सगळंच काम ढासळलं!"

"कोणतं?"

"अहो, शिष्टमंडळाच्या एकाही सदस्यानं यंत्रासाठी नवी ऑर्डर दिली नाहीच; पण दिलेल्या ऑर्डर्स काहींनी कॅन्सल केल्यायत्!"

"पण का?" बारटक्क्यांना अर्थच कळेना.

"त्याचं म्हणणं थोडक्यात असं— ज्या फर्मचा एक्स्पोर्ट मॅनेजर इंडियाबाहेर गेलेला नाही, त्या फर्मचा दर्जा तो काय असणार? असल्या गावठी फर्मला पुढच्या पंचवार्षिक योजनेपर्यंत ऑर्डर देण्यात काहीच मतलब नाही!"

बारटक्के गप्प बसून राहिले.

भुस्कुटे (धाकटी पाती) म्हणाले, "बारटक्के, तुमचं ते 'कॅबेरे डान्स' - प्रकरण आपल्या अंगावर शेकलं बरं का!"

तरीही बारटक्के गप्प बसून होते. गेल्या चार दिवसांत आपल्या अंगावर काय-काय शेकलं नि आपलं अंग कितीदा शेकून काढावं लागलं, याचा हिशेब करण्यात ते गढून गेले होते.

◈◈◈

. २.

दामू, एक चिलखत आणि एक जिरेटोप

कुठल्याशा मराठी मासिकातल्या वधूवर-स्थळांच्या जाहिराती पाहत बसलो होतो.

लग्नाच्या बाजारात मला कितपत 'स्कोप' आहे याचा शोध घेत होतो, तेवढ्यात दामू जोग धापा टाकत खोलीत घुसला. त्याच्या तोंडातून फेस यायचं तेवढं बाकी राहिलं होतं. माझ्यापाशी पोचताच धावत्या गाडीला ब्रेक लागल्याप्रमाणं तो थांबला व नारायणराव पेशव्यांच्या सुरात मला म्हणाला,

"केयूर— मला वाचव— मी मेलोऽऽ मला वाचव—"

"अरे— पण झालं काय?" मी आश्चर्यानं ओरडलोच. अलीकडे दामू दुर्मिळ झाला होता. अख्खा महिना लोटला तरी तोंड दाखवत नसे. आज कधी नाही तो उगवला तो अशा स्थितीत— गारद्यांचा काफिला मागं लागल्यासारखा.

खुर्चीत कोसळत दामूनं श्वास घेतला. टेबलावर माझ्यासाठी आणून ठेवलेल्या सरबताचा ग्लास रिकामा केला आणि आपली चोवीस इंची छाती भात्यासारखी वर-खाली हलवत तो उद्गारला— "केयूर— एक नसती भानगड उपस्थित झालीय् रे"

"अरे— पण झालं काय? शाळेतून काढूनबिढून टाकलं नाही ना तुला?"

"छे रे, शाळेतून कशाला काढतील? इतकी किरकोळ नाही रे ही भानगड! मी प्रेमात—म्हणजे एक मुलगी प्रेमात—"

"तू? आणि प्रेमात पडलायस? अशक्य—! पैज मारून सांगतो. तू प्रेमात पडणं शक्य नाही!" मी 'मुंगीनं मेरू पर्वत तर

गिळला नाही ना' उतारा धडाधड म्हणून दाखवत म्हणालो. ''अरे दामू, मंत्रिलोक एक वेळ पैसे खाण्याचं थांबवतील. ते बीट्‌नीक एक वेळ मराठी साहित्याला डोक्यावर घेऊन नाचतील— पण तू प्रेमात? शपथ सांगतो; थट्टाबिट्टा करायची असेल तर तूर्त मला वेळ नाही.''

''थट्टा नाही आणि मी प्रेमातही पडलो नाही. पण एक मुलगी माझ्या प्रेमात पडली आहे. माझ्यामागं लागली आहे. एखाद्या हडळीसारखी माझ्या मानगुटीवर बसली आहे. तिला म्हणे माझं वेड लागलंय्.''

मी खो-खो करून हसलो. दामूला आपादमस्तक न्याहाळून पाहिलं. त्याचं ते अद्यापि मिसरूड न फुटलेलं तारुण्यपिटिकाअवगुंठित मुखारविंद, कॅप्स्टनची दहा-पंधरा डबडी मावतील एवढ्या रुंदीची छाती, खुंटीवर अडकवावेत तसे त्याच्या अंगावरले ढगळ कपडे, लोक पँट घालतात म्हणूनच केवळ शर्टाखाली घातलेली पँट— खरोखरी बुजगावणं म्हणून शेतात दामूला उभं केलं असतं, तर त्याच्या पिंगट केसांत चिमण्यांनी खुशाल घरटी बांधली असती! थोडक्यात, बुजगावणं म्हणूनसुद्धा त्याचा उपयोग नव्हता. या गृहस्थावर एक मुलीसारखी मुलगी चक्क प्रेम करते? नुसतीच प्रेम करत नाही, तर त्याच्यासाठी वेडी होते? त्याच्यावर जीव टाकते? आम्ही इथं वर्तमानपत्रातल्या जाहिराती पाहत असतो वधूवर-स्थळांच्या! पण म्हणतात ना, मजनूको देखो लैलाकी आँखोसे—

''दामू, तू शुद्धीवर आहेस ना? तुला खरंच वाटतं का, की ती कोण मुलगी तुझ्या प्रेमात पडलीय्?''

''भगवद्‌गीतेवर हात ठेवून सांगतो हवं तर.''

''पण ती तुझी केवळ कल्पना नाही कशावरून?''

''ए केयूर साठ्या, एवढा मला बुद्दू समजू नकोस! शाळामास्तर आहे म्हणून काय झालं!''

''एक मुलगी उद्या तुझ्याकडे आली, तुझ्या खनपटीला बसली आणि स्वतःच्या तोंडानं सांगू लागली— केयूर, माझं तुझ्यावर प्रेम आहे, रात्रंदिवस तुझ्याशिवाय मला काही सुचत नाही; तर ती काय नुसती कल्पना?'' दामू दातओठ खाऊन विचारता झाला.

''तू म्हणतोय्स ते खरं आहे बाबा—'' मी उसासा सोडत कबुली दिली.

''खरंच केयूर— मी काय करू सांग? मला काही सुचत नाही. आता वाटतंय्, उगाचच आत्याबाईचं घर सोडलं... तिथंच राहायला हवं होतं, म्हणजे ही बला माझ्यावर आली नसती! मी खोलीत एकटा राहतोय्, हे पाहून त्या बयेनं माझ्या असहायतेचा फायदा घेतलाय्.'' तो कळवळून म्हणाला.

हरिभाऊंच्या काळात असत तसे चाणाक्ष वाचक आजकाल विशेष आढळत नसल्यानं हे आत्याबाईचं प्रकरण नीट सांगणं आवश्यक आहे. (वाचकहो— थोडा वेळ आपण दामूला कळवळत सोडू.) ही आत्याबाई म्हणजे दामूच्या वडलांची विधवा चुलत बहीण. मुलींच्या मराठी शाळेत हेडमिस्ट्रेसचं काम करणारी. आता हेडमिस्ट्रेस आहे असं सांगितल्यावर तिच्या ऐसपैस अंगयष्टीचं वर्णन करण्याची गरज नाही आणि विधवा आहे, हेही नमूद केल्यावर तिच्या चिडखोर स्वभावावर दहा-वीस ओळी खर्ची घालण्याची आवश्यकता नाही. दामू सांगलीला बी.ए.,बी.टी. झाला आणि त्याच्या दुर्दैवानं व त्याच्या आत्याबाईच्या सुदैवानं त्याला नोकरी मिळाली. शिकवण्या करून आत्याबाईनं आपल्या दोन्ही मुलांना शिकवलं होतं आणि दोघांना चांगल्या नोकऱ्या लागून ते पुणं सोडून दूर गेले अन् प्रौढ वयात एका दूरच्या नात्यातल्या बालविधवेसह पुण्यात राहण्याचा दारुण प्रसंग आत्याबाईवर ओढवला. पण दामूच्या रूपानं तिच्या साह्याला सोट्या म्हसोबा धावून आला. धाकट्या मुलाला भिलईला नोकरी लागली; त्यापूर्वी एकच आठवडा दामू पुण्यात येऊन आत्याबाईच्या घरी डेरेदाखल झाला आणि आत्याबाईनं सुटकेचा नि:श्वास सोडला. बसल्याजागी तिला एक घरकाम्या रामा फुकटात मिळाला. वरून जेवणा-खाण्यासाठी दामूच्या पगारातला अर्धा हिस्सा आत्याबाईच्या पोस्टातील खात्यावर जमा होत असे, तो वेगळाच!

एवंच, दामूच्या खडतर आयुष्याला सुरुवात झाली. पूर्वजन्मी दामूनं आत्याबाईला कुठंतरी कामावर जुंपलं असलं पाहिजे. म्हणूनच त्याचा सूड ती या जन्मी दामूवर उगवत होती. एखाद्या कोळिणीच्या जाळ्यात मासा आपण होऊन सापडावा तसा आत्याबाईच्या तावडीत दामू सापडला. दामूला घरचं अन्न मिळतंय् म्हणून त्याचे आई-वडील खुशीत होते आणि इकडे दामू मात्र दिवसेंदिवस वाळत चालला होता. वास्तविक, आणखी वाळायची दामूची छातीच नव्हती— तरीपण तो वाळत होता. यावरून आत्याबाईच्या प्रभावी व्यक्तिमत्त्वाचा साक्षात्कार माझ्या प्रिय वाचकांना व्हावा!

दामू माझा बालमित्र. माझ्या मागोमाग तो पुण्याला आला, म्हणून मी संतोषलो. शाळेत असताना त्याच्या वहीतली गणितं पाहून मी गृहपाठ नि वर्गपाठ तयार केले होते आणि दोघांनीही त्यामुळं मास्तरांचा मार बरोबरीनं खाल्ला होता. सिनेमे कोणते पाहावेत, झाडावर कसं चढावं, आदी महत्त्वाच्या गोष्टींचे वस्तुपाठ मी त्याला देत असे. आता पुण्याला पुन्हा आमची जोडी जमणार होती. पण आत्याबाईच्या नजरकैदेत सापडलेला दामू माझ्या वाट्याला येईनासा झाला— माझ्याकडे आपण होऊन येण्याची गोष्ट तर सोडाच! जेव्हा-जेव्हा त्याच्या घरी जावे तेव्हा तेव्हा स्वारी कामात! केव्हाही गेलो तरी दुधाची तपेली घेऊन दूध आणायला

डेअरीकडे निघालेला किंवा पिशव्या घेऊन भाजी आणायला चाललेला! घरात असलाच तर हेडमास्तरीणबाईंच्या वह्या तपासत बसलेला असायचा! दामूला स्वत:च्या वह्या होत्याच— त्यात ही भर. वह्या नसल्या तर त्या बालविधवा म्हातारीच्या कमरेत भरलेली उसण तिच्या कमरेवर उभा राहून सैल करण्याच्या कामगिरीत तो गर्क असायचा! हे काहीही नसलं, तर शेवटी नळाला कळशा लावून माडीवर नेण्याच्या कामाला स्वारी जुंपलेली असायची!

बरं— एवढं काम करून खायला-प्यायला भरपूर असावं; तर तेही नाही! दोघीही विधवा. जपजाप्यं असायचीच! ती म्हातारी बालविधवा तर रात्री जेवायची नाही. आठवड्यातून चारदा 'दुपारचं उलीसं राह्यलंय् ते खाऊन घेऊ—' अशी आत्याबाईची सूचना यायची. स्वयंपाकपाणी शक्यतो टाळायचं असा आत्याबाईचा प्रयत्न असे. शरीराला थोडाफार व्यायाम घडला तर म्हातारपणी आपल्याला संधिवात व्हायचा, अशी तिला भीती वाटत असावी!

सारांश, परिकथांतल्या सुंदर मुलीला राक्षशीण जशी छळते तद्वत् आत्याबाई दामूला छळत होती. दामूकडे लक्ष द्यायला घरचं कुणी आहे म्हणून त्याचे वडील खूश होते; तर 'मी आहे म्हणून दाम्याचं ठीक चाललंय्, नाहीतर पुण्यासारख्या ठिकाणी त्याचे हाल कुत्रे खाते ना—' अशी आत्याबाईची भूमिका होती. मधल्यामध्ये दामू तोंड दाबून बुक्क्यांचा मार सहन करत होता.

दरम्यान, दामूनं सोट्या म्हसोबाला काय 'प्रॉमिस' केलं कोण जाणे— पण तो दामूला पावला खरा. उन्हाळ्याची सुट्टी सांगलीला घालवून दामू पुण्याला परतला तेव्हा त्याच्या शाळेतल्या एका शिक्षकाची बदली झाली होती आणि त्याच्या दोन छोट्या खोल्या दामूला मिळाल्या. माझ्यासारख्या मित्राच्या सल्ल्यावरून दामूनं ती खोली पटकावली आणि आत्याबाईच्या कचाट्यात सापडलेलं ते मुकं लेकरू स्वातंत्र्याचा आस्वाद घेऊ लागलं.

अशा रीतीनं सुखानं कालक्रमणा करणारा हा कोवळा शाळामास्तर आज अचानक घरी येऊन म्हणत होता— 'आत्याबाईच्या घरी होतो तोच बरा होतो— ही नसती कटकट मागं लागली नसती!' दामू मोठ्या संकटात सापडला होता खास! हाडामांसाची एक मुलगी दामूच्या वाटेला जाते, त्याच्याशी लग्न करणार असल्याची धमकी देते, त्याच्यासाठी दिवसरात्र 'जलाविना मासोळी'प्रमाणं तडफडते— म्हणजे आहे काय? मला खरंच वाटेना. एरवी दामूच्या शब्दावर डोळे मिटून विश्वास ठेवावा— पण याबाबतीत कानावर विसंबून राहायला मी राजी नव्हतो.

"तुला खोटं वाटत असे तर उद्या संध्याकाळी ये— शेजारच्या खोलीत बस, तिथं तुला सारं खडान्खडा ऐकू येईल—"

"पण ती उद्या येईल कशावरून?'' मी शंका प्रकट केली.

''ती काल आली होती म्हणून— आजही आली होती म्हणून! तिचं येणंजाणं वेधशाळेच्या अंदाजावर अवलंबून नसतं. कसलीही हवा असली तरी ती येते. पाऊस असो, थंडी असो; त्या आक्काबाईचा फेरा चुकत नाही! बा केयूर साठ्या, गोष्टी या थराला आल्या, म्हणूनच ना माझी सारी धावपळ!''

दुसऱ्या दिवशी संध्याकाळी ठरल्याप्रमाणं मी दामूच्या बिऱ्हाडी गेलो. मागच्या अंधाऱ्या खोलीत बसून राहिलो. मी बसलो न बसलो तोच ती समोरून येत असलेली मला खिडकीतून दिसली. दिसायला सुंदर नसली तरी स्मार्ट होती. रंग सावळा, केसांच्या बटा गालावर ओघळलेल्या, ओठांच्या कडांतून हसू सांडत असलेलं. ती सरळ आत आली आणि खुर्चीवर बसली. तिला पाहून दामूच्या चेहऱ्यावर कोणते भाव तरळले असावेत याची मी बसल्याजागी कल्पना केली. दामूचा पडलेला चेहरा, त्याची धावपळ मला दृष्टीसमोर दिसू लागली.

''तुम्ही आजही आलात? काल तुम्हाला सांगितलं होतं ना, येऊ नका म्हणून?'' —दामूचा आवाज.

''होय, तसं तुम्ही रोजच सांगता! काल का, पंधरा-वीस दिवसांपासून रोज हेच टुमणं लावलंय् तुम्ही. पण तरी मी येते; तरी मी येणारच!'' तिच्या आवाजाला काळीज चरचर कापणारी तीक्ष्ण धार होती. दामू अद्यापि 'सुरक्षित' होता, हेच मुळी आश्चर्य होतं!

''माझे आई— का माझ्या मागं लागली आहेस?'' दामू विचारत होता.

''ते तुम्हाला माहीत आहे दामोदरराव! (दाम्याचं मूळ नाव दामोदरराव होतं, हे त्याच वेळी माझ्या ध्यानी आलं.) एस्.टी.सी. क्लासला येऊ लागले तेव्हा मी तुम्हाला प्रथम पाहिलं आणि एकदम खात्री पटली— माझी आणि तुमची गाठ घालण्यात ब्रह्मदेवाचा काहीतरी हेतू आहे!''

''ब्रह्मदेवाचा असेल हो— पण माझा काही नाही ना!''

''आता पुरे नाही का झाले आढेवेढे? किती छळायचं म्हणून माणसाला! इतक्या निष्ठेनं प्रार्थना केली असती तर स्वर्गातले बत्तीस कोटी देव—''

''तेहेतीस कोटी—'' दामूतल्या मास्तरनं चूक दुरुस्त केली.

''हो— तर तेहेतीस कोटी देव प्रसन्न झाले असते! रात्रंदिवस मी तुमची आराधना करते! एस्.टी.सी. क्लास सोडून दिला. कारण तो संध्याकाळी असतो आणि तुमची भेट तर याच वेळी होऊ शकते.''

''पण मिस पराडकर, मी एक यःकश्चित् शाळामास्तर. माझ्यात पाहिलंत काय तुम्ही? महिन्याला जेमतेम दोनशे रुपये मिळतात. तसा तुम्हाला माझ्यापेक्षा

चांगला नवरा सहज मिळेल. एखादा डॉक्टर, इंजिनियर पकडा. कशाला दिवसभर पोरं हाकणाऱ्या मास्तरच्या मागं लागता?''

"मला डॉक्टर नको, इंजिनियर नको! मला पैसा नको— काही नको! प्रेम हे पैशापेक्षा श्रेष्ठ आहे. लक्षाधीशानं जरी मला मागणी घातली तरी मला तुम्हीच हवे आहात! मोटारीतून फिरण्यापेक्षा तुमच्याबरोबर पायी चालणं मी पसंत करीन—! शाही महालात राहण्यापेक्षा तुमच्याबरोबर दोनखणी खोलीत राहणं मला अधिक आवडेल!'' हिंदी सिनेमातल्या नायिकेच्या थाटानं मिस् पराडकर सांगत होती.

"खरं सांगतो मिस् पराडकर— लोक मला नावं ठेवतील- वाड्यात मला तोंड काढायला जागा राहायची नाही! शाळेत ही भानगड हेडमास्तरांच्या कानी गेली, तर माझ्या नोकरीवर गदा येईल! मी एक शिक्षक आहे. मी जर असलं काही करू लागलो तर—''

"हे सगळं टाळायचं असेल, तर एकच उपाय आहे!''

"कोणता?''

"माझ्याशी लग्न करा, म्हणजे मग कोणी टीका करणार नाही! सगळ्यांचीच तोंडं बंद होतील—!''

"नाही— ते शक्य नाही!''

"का शक्य नाही?''

"तुम्हाला मी अनेक वेळा सांगितलंय् की, मला ते शक्य नाही!''

"पण का?''

दामूनं काही उत्तर दिलं नाही. भयाण शांतता पसरली. बराच वेळ कुणी काही बोललं नाही. मी अस्वस्थपणे खोलीत बसून राहिलो. थोड्या वेळानंतर मिस् पराडकर "बरं आहे मिस्टर जोग— मी जाते— उद्या मी परत येईन. तुम्ही होकार देईपर्यंत पुन:पुन्हा येईन.'' असं सांगून खोलीबाहेर पडली, मंद-मंद पावलं टाकीत जिना उतरून निघून गेली.

मी दामूच्या खोलीत आलो. दामू टेबलावर डोकं टेकून हताशपणे पडला होता. पाहिल्यानंतर कीव यावी अशी 'पोज' घेऊन. मी त्याला गदगदा हलवलं आणि म्हटलं— "दाम्या— पोरगी वाईट नाही. लग्न करते म्हणत्येय्. ऐक तिचं. करून टाक लग्न तिच्याशी—''

"केयूर— हा सल्ला देण्यासाठी मी तुला इथं बोलावलं नव्हतं—''

"अरे— पण त्यात वाईट काय आहे?''

"केयूर— मी अजून पंचविशी ओलांडलेली नाही. माझे थोरले दोन भाऊ लग्नाचे आहेत. मला अजून एम्.ए. व्हायचं आहे— पुढं शिकायचं आहे—''

“हूं! या अडचणी फुसक्या आहेत!”

“आणि काय रे, या पोरीशी लग्न करू? हिंदी सिनेमा-छाप प्रेम करणाऱ्या या पोरीबरोबर? पाहिल्यावर प्रेम बसलं. ते उल्लू प्रेम कधी उडेल याचा नेम नाही! असला गळेपडूपणा करणाऱ्या बोटचेप्या मुलीशी लग्न करण्यापेक्षा आजन्म ब्रह्मचारी राहीन!”

मी काही बोललो नाही. मियाँच जर राजी नसेल, तर काजीला आगंतुकपणे मधे पडण्याची काय गरज? आम्ही दोघं बाहेर पडलो. जिना उतरून खाली आलो. खाली सोप्यावर वर्तमानपत्र वाचत बसलेला एक उघडाबंब माणूस दामूला पाहून खिंकाळला आणि विचारू लागला, “काय मिस्टर जोग, गेली का तुमची मैत्रीण?”

“ती मैत्रीण नव्हे— आमच्या शाळेतली टीचर आहे. माझी कलिग—” दामू संताप आवरून म्हणाला.

“हॅ हॅ— मग ठीक आहे—” तो दात विचकून म्हणाला.

दामू खाली मान घालून झपाझप चालू लागला. आणखी कुणी आडवेतिडवे प्रश्न विचारू नयेत, म्हणून त्यानं मानदेखील वर केली नाही. बाहेर आल्यावर त्यानं सुटकेचा निःश्वास टाकला आणि तो म्हणाला, “पाहिलंस? हे असं आहे एकंदरीत! तूच सांग— मी काय करू? शाळेत ही गोष्ट सुपरिंटेंडेंटना कळाली, तर उद्या डच्चू देतील! वडलांच्या कानावर ही गोष्ट गेली तर— अरे बाप रे! तुला माहीतच आहे दादांचा स्वभाव—” केवळ कल्पनेनं दामूच्या अंगावर शहारे आले.

मिस् पराडकरची केस हाताबाहेर गेल्याचं स्पष्ट दिसत होतं. दामू जोग तर हातपाय गाळून बसला होता. कसोटी सामन्यात प्रथमच पदार्पण करणाऱ्या एखाद्या नवागत खेळाडूवर प्रारंभीच हॉल-गिलख्रिस्टच्या तुफानी माऱ्याला तोंड द्यायची वेळ आली तर तो जसा हतबल होईल; तसंच दामू जोगचं झालं होतं. बिचारा स्वत: प्रेम करत नव्हता, पण मिस् पराडकरच्या प्रेमाची व्याधी त्याचं काळीज पोखरत होती. हे काहीतरी तिरपागडंच झालं होतं. ‘अपराध’ केला होता एकानं, शिक्षा भोगत होता दुसराच...

“केयूर— आता यावर मला एकच उपाय दिसतो आहे.” दामू विचारमग्न होऊन म्हणाला.

“बोल बेटा!” मी उत्सुकतेनं म्हटलं.

“ती खोली सोडायची आणि पुन्हा आत्याबाईकडे राहायला जायचं! मी एकटा आहे याचा फायदा घेऊन ती खोलीवर येते आणि मला छळते. बाहेर माझ्याशी बोलायची तिची हिंमत नाही. त्यामुळं मी आत्याबाईकडे राहायला गेलो की आपोआपच ती पीडा टळेल. तिथंही यायचा निर्लज्जपणा तिनं केलाच, तर

आत्याबाई तिचं थोबाड फोडल्याशिवाय गप्प बसायची नाही आणि ती म्हातारी हातात मुसळ घेऊन तिच्यामागं लागल्याशिवाय राहायची नाही.''

"अच्छा, म्हणजे तू त्या आत्याबाईचा चिलखत म्हणून आणि त्या म्हाताऱ्या विधवेचा जिरेटोप म्हणून उपयोग करणार तर! चांगला बेत आहे. संरक्षणफळी इतकी मजबूत असल्यावर तुझ्या केसालाही धक्का लावायची काय छाती आहे त्या मिस् पराडकरची!''

दोन दिवसांनंतर दामूचं बिऱ्हाडं हललं. सामान हलवायला मी स्वत: मदत केली. नामोहरम झालेला सैनिक मुकाट्यानं शत्रूच्या स्वाधीन व्हावा तद्वत् दामू आत्याबाईच्या गोटात रवाना झाला. चालू परिस्थितीत तिथंच त्याला अधिक संरक्षण मिळण्याचा संभव होता.

झालं. दामू पुन्हा दुर्मिळ झाला. दोन-चार महिने तो आत्याबाईच्या घरात

गैरहजर असल्यामुळं तेथील बरीच कामं तुंबून राहिली होती. हेडबाईच्या वह्या तपासल्याविना पडल्या होत्या. पाणी भरण्याची पंचाईत झाली होती. दळण-भाजी आणण्यासाठी आत्याबाईंना शेजारच्या मुलांना दादापुता करावं लागत होतं. म्हाताऱ्या आजीबाईची कंबर तर दामूच्या पदस्पर्शाची वाटच पाहत होती. दामू आल्यावर त्यानं स्वतःला कामाला जुंपून घेतलं. दोन-तीन महिने बाहेर राहिल्यामुळं आणि अखेरीस आत्याबाईला शरण जावं लागल्यामुळं त्याच्या मनात अपराधीपणाची भावना निर्माण झाली होती. उलटपक्षी 'शेवटी आलासच ना माझ्याकडे' असा वेळोवेळी टोमणा मारून आत्याबाई त्याच्याकडून जादा काम करवून घेत होती. नसानसांत शाळामास्तरचं रक्त खेळविणारा दामू 'का-कूं' करण्यासाठीसुद्धा तोंड उघडत नव्हता!

केव्हाही दामूला भेटायला गेलो तरी तो कामात असायचा. "बाहेर फिरायला येतोस का'', म्हणून विचारलं तर काही न बोलता दळणाचा डबा माझ्या डोळ्यांपुढं नाचवायचा अगर भाजीची पिशवी निरांजनाप्रमाणं माझ्या तोंडाभोवती ओवाळायचा!

समाधानाची गोष्ट एवढीच होती की, त्या मिस् पराडकरनं दामूचा पिच्छा सोडून दिला होता. किंबहुना, दामू आत्याबाईकडे राहायला आल्यापासून ती त्याला दिसलीसुद्धा नव्हती!

त्यानंतर साधारणतः महिन्यानंतर घडलेली गोष्ट आहे. डेक्कन जिमखान्यावर मी बसची वाट पाहत उभा होतो. पाच-दहा मिनिटं स्टँडवर मी एकटाच होतो. तेवढ्यात दोन मुली माझ्यामागे रांगेत येऊन उभ्या राहिल्या. गंमत म्हणजे, त्यातली एक मिस् पराडकर होती. मी तिला ओळखत होतो. ती मला ओळखण्याचा संभवच नव्हता. त्या दोघी कुठल्याशा सिनेमासंबंधी गप्पा मारत होत्या. त्या दुसऱ्या मुलीनं मध्येच विचारलं—

"हल्ली तू अगदी उंबराचं फूल झाली आहेस हं. हेडमास्तरीणबाईंनी प्रमोशन दिलं म्हणून एवढं चढून जायला नको काही!''

"छट् — त्यात काय चढून जायचंय!'' मिस् पराडकर मान वेळावत

म्हणाली. हे तिचं मान वेळावणं माझ्या पूर्ण परिचयाचं होतं.

"पण काय गं — त्या प्रकरणाचं पुढं काय झालं?"

"कुठलं? आहा— तो शाळामास्तर होय? हूं! त्या अजागळाला खरोखरी वाटलं, मी त्याच्या प्रेमात पडलेय् म्हणून! अगदी बावळट नामसंवत्सरे होता झालं! मी काय, हेडमिस्ट्रेसनी काम सांगितलं, ते मी बरोबर केलं! प्रमोशन मिळाल्याशी कारण! नोकरीत कायम झाले बरं का मी आता."

तेवढ्यात बस आली. मी चढत नाहीसे पाहून त्या खिदळत वर चढल्या. बस भर्‌दिशी निघून गेली.

तरीही मी तसाच खुळ्यासारखा उभा होतो!

◈◈◈

. ३.

सूत नसताना स्वर्ग

संध्याकाळचे सहा वाजून गेले होते. भगवान सहस्त्ररश्मीचं तोंड काळं व्हायला थोडाच अवधी राहिला होता. बाहेर पडायची तयारी करण्यासाठी ती चंद्राची प्रेयसी रजनी नुकतीच कुठं तोंडबिंड धुऊन 'टॉयलेटिंग' करू लागली असेल! नेहमीप्रमाणं आम्ही इराण्याच्या हॉटेलात डेरेदाखल झाला होतो. आम्हा चौघांच्याही खिशात पैसे होते; पण इराण्याच्या हॉटेलातला 'पाणी-कम्-चहा' स्वत:च्या पैशानं पिण्याचं पाप करायला आम्ही तयार नव्हतो. तूर्त 'तुकडापाणी'चे संथपणं घुटके घेत चहासाठी कुणी 'बकरा कापायला' मिळतो का, ते पाहत होतो.

वेळ घालवण्यासाठी मी इकडे-तिकडे पाहू लागलो. रस्त्यावर अजून 'प्रेक्षणीय स्थळां'ची वर्दळ सुरू झाली नव्हती. टेबलावर कुठलंसं एकपानी सायंदैनिक पडलं होतं. त्यात नेहमीच्याच बातम्या होत्या— 'शुक्रवार पेठेत सुरीहल्ला', 'नाना पेठेत अल्पवयी मुलीवर बलात्कार', 'देहूरोडला चालत्या गाडीतून कोणी एक इसम पडल्याचे कळते' — यां सारख्या बहुमोल बातम्या आणि शेवटी 'वाचा आणि नाचा' म्हणून न्यूयॉर्क कॉटनचा नंबर.

मुख्य बातमी होती— 'रोडसाइड रोमिओला कॉलेज-तरुणीने बडवले!' चहासाठी बकरा शोधायची महत्त्वाची कामगिरी केयूर साठेवर सोपवून मी ती वार्ता चघळू लागलो. डेक्कन जिमखान्यावर एका तरुणानं एका कॉलेजकुमारीला सरळ विचारलं होतं — 'मी तुम्हाला रोज या रस्त्यावर पाहतो. तुम्ही मला आवडता. स्पष्ट सांगून टाकतो. रोज विचारीन म्हणतो. तुम्ही माझ्याशी लग्न

कराल का?' तो प्रश्न ऐकून त्या आधुनिक महिषासुरमर्दिनीनं पादत्राणाचा आणखी एक महत्त्वाचा उपयोग जगाला (म्हणजे भोवतालच्या गर्दीला) दाखवला होता!

बातमी नेहमीचीच होती. पण दुसरं काही खमंग समोर नव्हतं. इस्माईलला पाण्यात आणखी एक बर्फाचा तुकडा टाकण्याची ऑर्डरयुक्त विनंती करून मी मंडळींना उद्देशून म्हणालो, "एनीवे, रोडसाइड रोमिओ आणि खऱ्याखुऱ्या ज्युलिएट यांचा हा सनातन संघर्ष यापुढंही सुरू राहणार तर!"

"न राहायला काय झालं? जोपर्यंत स्त्रीचं आकर्षण आणि प्रेम या उपजत भावना पुरुषजातीत वास करून आहेत, तोपर्यंत हा झगडा असाच राहणार!" अप्पा बिवरे समोरच्या ग्लासाशी खेळत म्हणाला.

"उगाच काहीतरी बोलू नकोस! उल्लूपणाला प्रेम म्हणणं म्हणजे काजव्याची सूर्याच्या जागी स्थापना करणं किंवा... किंवा..." अखेर नेहमीप्रमाणं माझ्या पाठांतरानं घात केलाच!

"आलं लक्षात! जमत नाही तर या उपमांच्या भानगडीत पडतोसच कशाला रे?" शांत्या आपटे छद्मीपणा, उपरोध, कुत्सितपणा यांचं बेमालूम मिश्रण करीत उद्‌गारला.

मी त्याच्याकडे दुर्लक्ष करत म्हणालो, "मुख्य मुद्दा हा की, सुतानं स्वर्ग गाठणं एक वेळ शक्य आहे; पण सूत नसतानाही तसा प्रयत्न करणं— म्हणजे निव्वळ उल्लूपणा करून लग्न पदरी पडेल असं मानणं— म्हणजे धादान्त मूर्खपणा—"

"थांब बेटा, थांब!" केयूर साठे समोरच्या काड्यापेटीतली काडी मर्ढेकरांच्या गणपत वाण्याप्रमाणं चावत म्हणाला, "माझा तुझ्या बोलण्याला विरोध आहे! ऑब्जेक्शन मिलॉर्ड, ऑब्जेक्शन! मी प्रत्यक्ष पाहिलेलं उदाहरण आहे. उल्लूपणाचा शेवट अखेर लग्नात झाला! या तुमच्या रोडसाइड रोमिओचा सख्खा भाऊ शोभेल अशा माणसानं केलेला उल्लूपणा अखेरीस त्याला विवाहाप्रत नेण्यास कारणीभूत झाला! त्याला ज्युलिएट मिळाली की नाही, हा प्रश्न वेगळा!"

"बेटा केयूर, भाषा जरा स्पष्ट वापरावी!" आम्ही तिघे किंचाळलो, "कोड्याची भाषा प्रेमिकांनी एकमेकांशी बोलायची! आपण सगळे गद्य लोक! हवं तर तिघेही मिळून सिंगल चहा पाजतो तुला!"

"नुसता चहा नाही, 'कॅप्स्टन'सुद्धा!"

"ओऽ यस्! या 'कॅप्स्टन'चं म्हणणं काय हाय?" अप्पा बिवरे योग्य तो आविर्भाव करत विचारता झाला.

"रोमिओचा वग अगदी ठासून झाला पाहिजे!" मी डोकीवर नसलेला पटका सावरत उद्‌गारलो.

इस्माईलकडे स्नेहपूर्ण नजर टाकून केयूरनं सुरुवात केली—

"माझी एक मावसबहीण आहे. तिला एक वाईट खोड आहे. ती सारखं काहीतरी लिहीत असते. कथा, कविता वगैरे. तिला नुसती एवढीच खोड असती तर तक्रार नव्हती. पण लिहिलेल्या कथा मासिकांकडे पाठवण्याची वाईट सवय तिनं स्वत:ला लावून घेतली आहे—आणि 'होती' असं म्हणतो. कारण सध्या लेखन सोडून देऊन ती स्वत: तयार केलेली अंगाईगीतं गात असते! —जाहिराती छापून राहिलेली जागा भरून काढण्यासाठी काही मासिकं भरमसाट मजकूर छापत असतात. अशा मासिकांत तिच्या कथांची कधी कधी वर्णी लागत असे. अशा प्रकारे कथा छापून आल्या की ती आम्हा कुटुंबीयांना बजावत असे— 'मी साहित्यप्रांतात क्रांती करणार! जुनी मूल्यं ढासळून टाकून नवसमाज निर्माण करणार!' (सध्या ती नुसताच नवसमाज निर्माण करत आहे, ही गोष्ट अलाहिदा!) मिरजेसारख्या कुग्रामात राहून तिचे हे उद्योग चालले होते. शिक्षण संपलं होतं. लग्न झालं नव्हतं. रिकामा वेळ ती असा सत्कारणी लावत होती. घाटपांडे घराण्याचा उद्धार करण्याचं कंकण तिनं बांधलं होतं!

तिच्या त्या क्रांतिकारक लेखनात मी स्वत: कधीच इंटरेस्ट घेतला नाही. एकदा कुठल्याशा मासिकाच्या कथा स्पर्धेत तिला बक्षीस मिळालं. तिच्या कथेबरोबर तिचा एक चांगलासा फोटोही प्रसिद्ध झाला. आणि इथं तिच्या आयुष्याला निराळं वळण लागलं. तिचं लेखन खऱ्याखुऱ्या अर्थानं क्रांतिकारक ठरलं. झालं ते असं झालं—

मे महिन्याच्या सुट्टीत परीक्षेच्या कचाट्यातून सुटून मी माझ्या मावशीकडे गेलो होतो. मिरज गाव तसं खेडंच आहे. आजूबाजूची शहरं झपाट्यानं वाढत असूनही ते गाव मागासलेलंच राहिलं आहे. तिथं सिनेमा मात्र फारच सस्त्या दरात पाहायला मिळतो, एवढंच माझ्या दृष्टीनं त्या गावाचं एकुलतं एक आकर्षण. ही आमची मावसबहीण छबू दिवसभर आपल्या खोलीत बसून काहीतरी खरडत असायची. तिच्या लेखनाबद्दलचं माझं मत जगजाहीर असल्यानं ती माझ्या वाटेला कधी जात नसे. माझ्यापासून दोन पावलं दूर राहायची ती नेहमीच काळजी घ्यायची!

त्या खेपेला ती माझ्याशी भलतीच सौजन्यानं वागू लागली. एक दिवस मला एकट्याला गाठून ती म्हणाली, "केयूर, मी फार घाबरून गेले आहे! एक भलतीच भानगड उपस्थित झाली आहे!"

"असं? ती कोणती? तुझी कादंबरी वगैरे कुणा प्रकाशकानं परत पाठवली की काय? अगं, ती छापली असती तर साडेतीन कोटी मराठी जनता घाबरून गेली पाहिजे; तुला घाबरायला काय झालं?"

“टारगटपणा करू नकोस! इथं मी रोज सारखी जळते आहे आणि तू अवेळी विनोदाचं फिड्ल् वाजव त्या नीरोसारखं!” एवढं संकट कोसळलं म्हणत होती खरं; पण साहित्यिक बोलण्याचा मोह आवरत नव्हता छबू घाटपांडेला!

मी चेहरा लंबवर्तुळ केला. दु:खपूर्णही केला. (स्वत:च्या पैशानं चहा घ्यावा लागला की जसा होतो, तसा.) माझ्या चेहऱ्याकडे पाहून मी अगदीच 'हा' नाही याची तिला खात्री पटली. मग तिनं आपल्या बाडातून डझनभर पत्रं काढली—सुरेख मोहरेदार कागदावर वळणदार अक्षरात लिहिलेली. त्यावरच्या निळ्या पाकिटांना सुगंध येत होता. 'प्रिय छबू घाटपांडे हीस' कुणा एका 'शशी'नं लिहिलेली ती पत्रं होती. 'तुझीच शशी'नं समाप्त होणारी ती पत्रं पाहून मी गोंधळात पडलो.

“भानगड की काय म्हणत होतीस, ती हीच का?” मी विचारलं.

“हो, हीच ती पत्रं!”

“ही तर तुझ्या मैत्रिणीची पत्रं आहेत! या पत्रांवरून मला तरी कसल्याही भानगडीचा वास आला नाही.” मी ती पत्रं उलट-सुलट करीत म्हटलं.

“एक-दोन वाच तर खरं!”

मी हाताला आली ती दोन पत्रं उघडून वाचली. “तुला मी ओळखत नसले तरी तुझा तो मासिकातला फोटो मी पाहिला आहे. आता मात्र तुला मी कुठंही ओळखू शकेन. छबू, इथं कधी येशील ना, तेव्हा आपण खूप मजा करू! सिनेमा पाहू, फिरायला जाऊ... पुण्याला कधी येशील? मी तुझी फार फार वाट पाहते—तुझी शशी.” — वगैरे वगैरे.

“मग भेट की तिला कधी पुण्याला आलीस म्हणजे! त्यात भानगड ती काय? तुम्हा लेखकमंडळींना सरळ कुठं काही दिसतच नाही! रस्त्यात एखाद्या म्हाताऱ्यानं जरी तुम्हाला 'बाजूला सरा' म्हटलं, तरी तुम्ही त्याच्या बोलण्यातल्या आशयाला तिरकस छेद देऊन बिचाऱ्याच्या मनोडबक्यात अवगाहन करणार!”

“बडबडू नकोस; पत्र नीट वाचलंस का?”

“हो!”

“मग काही महत्त्वाच्या गोष्टी तुझ्या लक्षात कशा आल्या नाहीत?”

“कोणत्या बुवा?”

“वाट 'पाहतो'चं पाहते केलेलं. त्या दुसऱ्या पत्रात 'नसलो'चं 'नसले' केलेलं—”

मी पुन्हा एकदा ती पत्रं न्याहाळली. गोष्ट खरी होती. एखादी मुलगी आधी पुल्लिंगी क्रियापद लिहून ते खोडण्याचा उपद्व्याप का करील? स्त्रीलिंगी क्रियापद आपोआपच लिहिलं गेलं पाहिजे! कुठंतरी पाणी मुरत होतं खास!

"मग काय ॲगाथा ख्रिस्ती, आपला काय कयास आहे?" मी छबूला विचारलं.

"कयास का म्हणून— खात्रीच झालीय् माझी! कुणातरी पुणेकरी भामट्याचे नसते कारभार आहेत हे! मासिकातला माझा फोटो पाहून आणि स्पर्धेच्या निकालात दिलेला पत्ता वाचून त्यानं ही पत्रं लिहिण्याचा उपद्व्याप केलेला दिसतोय्!"

"फोटो कसला होता?"

"बेस्ट फोटो. कॉलेजच्या आयडेंटिटी कार्डावरचा."

मी विचारात पडलो. छबूच्या तर्कात तथ्य होतं खास! 'शशी'पुढं 'कला' असू शकेल किंवा 'कांत'ही असेल— शंकाच नको! कुणीतरी उल्लू शशिकांत छबूच्या 'तस्वीरी'वर लट्टू झाला होता. केवळ तस्वीरीनं दिलाला चैन नसल्यानं तिला प्रत्यक्ष 'आंखोंसे' पाहण्यासाठी तो तडपत होता! रोज दाढी वाढवून आणि केसांच्या झुलुपात बोटं खुपसून किंचाळत असेल— 'तस्वीर तेरी दिल मेरा बहला न सकेगी!'

मी हुरळून गेलो. बरेच दिवस काही घडलं नव्हतं. आयुष्य अगदीच अळणी चाललं होतं. आता काहीतरी 'थ्रिल' निर्माण होणार... हात शिवशिवत होते. अशा वेळी ही संधी कोण दवडील?

मी पुण्याला परतलो, तेव्हा त्या 'शशी'चा पत्ता बरोबर घेऊन आलो. पुण्यातल्या एका स्टुडिओचा तो पत्ता होता. कॉलेज पुन्हा सुरू व्हायला अजून अवकाश होता. तो दिवस उजाडण्यापूर्वीच या प्रकरणाचा सोक्षमोक्ष लावायचं मी ठरवलं.

मग मी गोंद्या घोलपला मदतीसाठी बोलावलं. गोंद्याला तुम्ही पाहिलंच असेल. गडी नुसताच रेड्यासारखा माजलेला! नुसतं 'छू ऽ' करायचा अवकाश; कुणाच्याही हाडाची वस्त्रगाळ पूड करील तो! मामला थोडा बिकट होता. कुठपर्यंत पोचेल याचा नेम नव्हता. साहजिकच मानेच्या वर रिकामा पण मानेखाली भरभक्कम, असा गोंद्यासारखा प्राणी या मामल्यात उपयुक्त ठरला असता!

एका भल्या सकाळी आम्ही दोघे त्या फोटो स्टुडिओत गेलो. दुकानात एक पस्तिशीतला गृहस्थ हातातल्या फडक्यानं फोटोंवरची धूळ झटकत होता. स्टुडिओ आतून शोभिवंत होता. सामानाची व्यवस्थित मांडणी केलेली होती. नेहरूंपासून 'गावठी' दिलीपकुमारपर्यंत सर्वांचे फोटो भिंतीवर लावलेले होते.

गोंद्याला काहीही न बोलण्याची सूचना मी आधीच देऊन ठेवली होती. त्याचाही बोलण्यापेक्षा कृतीवर अधिक विश्वास असल्यानं त्यानं ती सूचना आनंदानं मान्य केली होती. त्यामुळं बोलण्याचं दायित्व माझ्यावर होतं.

तो गृहस्थ म्हणाला, "या ना! बसा! कुणाचा फोटो काढायचा आहे?"

"फोटो म्हणता होय? हो, काढू की!" मी चाचरत म्हणालो.

"दर कमी आहेत. पोस्टकार्ड साइज आठ रुपयांना तीन कॉपीज. त्याहून मोठा हवा असेल तर–" मी समोर लावलेल्या एका फोटोकडे सहज बोट दाखवून विचारलं, "आणि असा रंगीत करून घ्यायचा असेल तर?"

"फार पैसे पडणार नाहीत."

इथं कुणा लेकाचा मुखडा फोटोसाठी वर आला होता? पण काहीतरी बोलायला तर हवं होतं. मी विचारलं, "तुमच्या स्टुडिओत व्यवस्था आहे, की बाहेरून रंगीत करून आणता?"

"माझा धाकटा भाऊ स्वत: करतो हे काम. त्यानंच हा फोटो रंगवला आहे."

"असं? नाव काय त्याचं?"

"शशिकांत. आम्ही त्याला शशी म्हणतो. तो पाहा आलाच!"

स्टुडिओच्या आतल्या भागाकडून एक कोवळा दिसणारा तरुण बाहेर आला. भुऱ्या केसांचा आणि घाऱ्या डोळ्यांचा.

"आपणच शशिकांत चौकुळकर काय?"

"हो, काय काम आहे?" त्यानं मृदू आवाजात विचारलं. चेहऱ्यावरून गृहस्थ भलत्या भानगडीत पडेल, असं वाटत नव्हतं. की, आमचा सगळा तर्क चुकला होता? उगाच पर नसताना कावळा... पण त्याचं नाव तर शशिकांतच होतं.

मी त्याला बाजूला घेतलं आणि हलक्या आवाजात विचारलं, "माफ करा. सहज विचारतो, तुम्हाला बहीण आहे का एखादी?"

"बहीण? एक का, तीन आहेत. पण का? त्यांची चौकशी कशासाठी?"

आता मी सरळ-सरळ हल्ला चढवत म्हणालो, "माझी मावसबहीण आहे छबू घाटपांडे म्हणून. हे नाव ऐकलंय् तुम्ही?"

तो एकदम गडबडला! त्याचे घारे डोळे मांजरासारखे चकाकले— चोरून दूध पिताना पकडल्यावर मांजराचे होतात तसे! पण क्षणभरच. लगेच त्यानं स्वत:ला सावरत म्हटलं, "हो! माझी बहीण सांगते खरी त्यांच्याबद्दल."

"तुमच्या बहिणीचं नाव काय?"

"शशी— शशिकला." चेहऱ्यावरचा मख्ख भाव कायम ठेवत तो उत्तरला. "का? काही निरोप आहे मिस् घाटपांडे यांच्याकडून?"

आता गडबडून जायची वेळ माझी होती. सारंच ओंफस् झालं होतं! मी उगाच नसत्या भानगडीत पडलो होतो. कधीतरी यानं आपल्या बहिणीला पत्र लिहून दिलं असेल आणि म्हणून 'पाहते'चं 'पाहतो' झालं असेल! किंवा चुकून कधी होत

नाही का असं? या लेखकमंडळींचे कुतर्क! अखेरीस फजीतवडा आमचा.

पण एकदा सोंग घेतल्यावर ते पार तर पाडलं पाहिजे! मी सांगितलं, ''निरोप म्हणजे असा की, उद्या छबू मिरजेहून मुंबईला जाणार आहे. मध्ये पुण्याला उतरणार आहे, माझ्याच खोलीवर. सकाळी येऊन संध्याकाळी जाईल ती. तुमच्या बहिणीची आणि तिची पत्ररूपानं ओळख आहेच. पण दोघींची प्रत्यक्ष भेट व्हावी, अशी तिची इच्छा आहे. तिचं कालच मला पत्र आलं तसं. वेळ मिळाल्यास तुमच्या या बहिणीला घेऊन उद्या सकाळी दहा वाजता तुम्ही या माझ्या खोलीवर.''

''उद्या सकाळी? पण मला स्टुडिओत कामं आहेत हो!''

''जमल्यास पाहा. सकाळी तुमची वाट पाहीन मी. नाहीतर मला वेळ मिळाला— अर्थात मी रिकामाच आहे आजकाल— तर मी तिला घेऊन येईन दुपारी इथं. इथून आपण तुमच्या घरी जाऊ. अहो, अनायासे दोन मैत्रिणींची भेट घालून देण्याचं पुण्य का मिळवू नये?''

त्यानं होकारार्थी मान हलवली.

आतापर्यंत आमचा संवाद बावचळलेल्या मुद्रेनं ऐकणारा गोंद्या घोलप बसल्याजागी ठाणबंद घोड्यासारखा फुरफुरत होता.

आमच्या संभाषणातला मऊ स्वर ऐकून आपल्या हातांची खुमखुमी जिरण्याचा संभव नाही, हे त्यानं ओळखलं. मी माझा पत्ता देऊन शशिकांत चौकुळकरचा निरोप घेतला. गोंद्याही उठला. मी त्याला शेजारच्या 'मथुरा भुवन'मध्ये यथेच्छ खाऊ-पिऊ घातलं आणि मुकाट्यानं खोलीकडे परतलो. दुसऱ्या दिवशी सकाळी दहा वाजता त्याला खोलीवर बोलवायला मी विसरलो नाही.

एकंदरीत बाजू माझ्या अंगावर उलटली होती. मी प्रसंगावधान राखून ती सावरली खरी; पण या सगळ्या यातायातीत मला विनाकारण मनस्ताप झाला. आता खरोखरी तो शशिकांत उद्या आपल्या बहिणीला घेऊन घरी आला; तर 'छबू घाटपांडे आली नाही, तिचा मुंबई-दौरा रद्द झाला असावा,' असं म्हणून त्या दोघांना वाटेला लावायचं आणि शशी-छबू-प्रकरणावर कायमचा पडदा टाकायचा, असा मी बेत केला. जाता-जाता तेवढीच त्या शशिकला चौकुळकरशी ओळख होईल, या विचाराचा जिप्सी माझ्या खोल मनात दडून बसला होता, हे मोकळेपणानं सांगून टाकतो. नसत्या भानगडीचा भलामोठा डोंगर पोखरून काढलेला हा उंदीर!

दुसऱ्या दिवशी सकाळी मी खोलीवर बसलो होतो. शशिद्वय दहा वाजता येण्याचा संभव आहे, ही धाकधूक मनात होतीच. दहा वाजायच्या सुमाराला गोंद्या घोलप आला. आदल्या दिवशी 'मथुरा भुवन'मध्ये खाल्लेल्या जिलबीची चव अजून

बेट्याच्या जिभेवर रेंगाळत असावी!

तेवढ्यात एक-दोन रिकामटेकडे मित्र चकाट्या पिटायला खोलीवर आले. त्यांची ब्याद कशी घालवावी याचा मी विचार करीत असतानाच, बाहेर मोटरसायकलचा आवाज झाला. फर्रर्र करून मोटरसायकल थांबली. मी खिडकीतून बाहेर नजर टाकली. शशिकांत चौकुळकर आणि त्याचा स्टुडिओतला थोरला भाऊ— दोघेही माझ्या खोलीच्या दिशेनं येत होते.

मी गोंधळलो. ही काहीतरी नवीनच उपभानगड निर्माण झाली की काय?... उघड्या दारातून ते दोघे आत आले. माझ्याकडे पाहत तो थोरला भाऊ शशिकांतच्या अंगावर ओरडला, "केयूर साठे हेच ना?"

"हो!" शशिकांत मान खाली घालून उत्तरला. त्याचे भुरे केस अस्ताव्यस्त झाले होते आणि त्याच्या गालांवर दाढीची लव उठली होती. सिनेमातल्या 'ट्रॅजिक हीरो'सारखा तो दिसत होता.

"मग घास नाक त्यांच्या पायांवर— माग माफी त्यांची! त्यांनी क्षमा केल्याशिवाय उठू नकोस! चल," आटप लवकर!

आणि शशिकांत धाड्दिशी माझ्या पायांवर कोसळला. मी अक्षरश: थिजून गेलो. एखाद्या नाटकात शोभेल असा प्रसंग घडत होता. सारे मित्र टकामका पाहत होते. मी दिङ्मूढ झालो होतो. थोरला भाऊ किंचाळत होता आणि त्या गोऱ्यागोमट्या तरुणानं आपल्या हातांची मिठी माझ्या पायाभोवती घातली होती!

शेवटी भानावर येऊन मी विचारलं, "अहो पण का? झालं काय असं माझ्या पायांवर लोळण घ्यायला?"

"ए शुंभा, ऊठ आता! बैस तिथं खाली!" शशिकांतला उद्देशून तो थोरला भाऊ म्हणाला. मग त्यानं खोलीत जमलेल्या सर्व मंडळींवरून एकवार नजर फिरवली आणि शेवटी ती माझ्यावर स्थिर करीत तो आवाज खाली आणून म्हणाला, "हा माझा धाकटा भाऊ— याचे प्रताप मला भोवताहेत! तुम्ही काल स्टुडिओमधून गेलात आणि मग हे चिरंजीव माझ्या गळ्यात पडून ओक्साबोक्शी रडू लागले. हळूहळू त्यानं केलेला सगळा प्रताप मला ऐकवला. धाकट्या बहिणीविषयी त्यानं तुम्हाला दिलेली थापही ऐकवली. सिनेमा-नाटकं पाहतो, चटोर कादंबऱ्या वाचतो. वडिलांवेगळा पोर. मीच त्याला सांभाळायचा पत्कर घेतला. पण कुठवर सांभाळणार हो? कार्ट्यानं गुण उधळायचे ते उधळलेच! घरात खायला-प्यायला भरपूर आहे, मालकीचा स्टुडिओ आहे, फोटोग्राफीत हुशार आहे; पण दिवट्यानं..."

तो बडबडत होता आणि मी त्याचं बोलणं शांतपणानं ऐकून घेत होतो. हळूहळू माझ्या रागाचा पारा चढला. काल त्यानं मला चक्क बनवलं, हे ऐकून मी

संतापलो. गोंद्याच्या दंडावरची फुगत चालेलली बेटकुळी मी एकदा पाहून घेतली, बाकीच्या मित्रांकडे एक दृष्टिक्षेप टाकला आणि ओरडलो, "काय हो शशिकांतराव ऊर्फ मिस् शशी! काय वाटलं तुम्हाला? दुसऱ्यांच्या मुलीची अब्रू म्हणजे क्षुल्लक गोष्ट वाटली काय तुम्हाला? वर्तमानपत्रात फोटो पाहून सरळ एका मुलीला पत्रं पाठवू लागलात? एका चांगल्या घराण्यातल्या मुलीला?- सर्वस्वी अनोळखी असलेल्या मुलीला? तीही मुलीची भूमिका घेऊन! तिला भेटायलाही बोलवता काय? म्हणे, मी तुझी वाट पाहातो— आय् मीन् पाहते! वा ऽ रे शशी!"

मी बोलत होतो आणि खाली बसून राहिलेला तो पंचविशीतला तरुण मान अधिकच खाली घालीत होता.

मग त्याचा भाऊ विनवणीच्या सुरात म्हणाला, "त्याची चूक झाली. त्यानं आल्याबरोबर तुमची माफी मागितली. आता मेलेल्याला आणखी मारण्यात काय अर्थ आहे?"

"वा: ! चूक झाली काय? म्हणजे हे बरं आहे— एखाद्याचा खून करायचा आणि प्रेतापुढं उभं राहून माफी मागायची! 'पुन्हा असं करणार नाही' म्हणायचं! अंगावर लॉरी घालून 'सॉरी' म्हणायचं! खासा न्याय आहे! सॉरी म्हटलं की काम भागलं काय?"

"पण मग आणखी काय करू ते तुम्ही तरी सांगा." तो भाऊ म्हणाला.

"ते काही नाही— तुमच्या या बंधूंसारख्या उल्लू माणसांना जरब बसलीच पाहिजे! काळ सोकावता कामा नये! याला मी सरळ पोलीसमध्ये घेऊन जाणार!"

"हो— हो! असेच जाऊन रिपोर्ट करू!" गोंद्या शर्टाची बाही वर सारत म्हणाला.

"ह्यांच्या हस्ताक्षरातली डझनभर पत्रं मी इथं आणली आहेत! या पुराव्यावर पाच-सहा महिने तुरुंगात हमखास पाठवता येईल त्यांना! शिवाय दंड—"

"नाही— नाही! असं नका करू!" तो गृहस्थ म्हणाला, "मुलाच्या आयुष्याचा प्रश्न आहे. आमच्या घराण्याच्या अब्रूचा प्रश्न आहे. तुम्हाला मी वाटेल तेवढी नुकसानभरपाई द्यायला तयार आहे."

"हजार— दोन हजारांनी माझ्या मावसबहिणीचा मनस्ताप, आमचा मनस्ताप भरून निघणार आहे होय? शिवाय आता हे प्रकरण बरंच पसरलंय्. मिरजेतल्या साऱ्या ब्राह्मणपुरीला कळलंय् छबूला एका पुणेकराची सारखी पत्रं येतात म्हणून! माझ्या बऱ्याच मित्रांनाही मी बोलून गेलोय्!"

"पण मग मी काय करू?"

"तुम्ही कशाला काय कराल? शेवटी गोत्यात आम्हीच येणार आहोत! छबू

लग्नाची मुलगी आहे. आता मिरजेत तरी तिचं लग्न जमणं कठीण. वाढलेली मुलगी रस्त्यात सहज कुणा पुरुषाशी बोलली की त्याचा बोभाटा होतो. पराचा कावळा होतो. तिचं लग्न जमणं कठीण जातं. इथं तर काय, डझन-दीड डझन पत्रं! ते काही नाही— मी पोलिसात केस देणार! म्हणजे बऱ्याच गोष्टी बाहेर येतील. समाजातली असली बॅड एलिमेंट्स—''

''होय, आता पोलिसच!'' गोंद्यानं डरकाळी फोडली. 'मथुरा भुवन'कडे कधी एकदा जातोय, असं त्याला झालं होतं.

''होय! आता पोलिस केसच करायला हवी!'' बाकीचे मित्रही किंचाळले.

त्यामुळं मला अधिकच चेव आला. मी अद्वातद्वा बोलू लागलो. ते दोघेही बंधू खाली मान घालून बसले होते. दीनवाणेपणानं माझं बोलणं ऐकत होते. मधूनमधून बाकीचे मित्र मला पाठिंबा देत होते. शेवटी तो थोरला भाऊ म्हणाला, ''पोलिस सोडून काय वाटेल ते सांगा हो; आम्ही करू. पण कृपाकरून पोलिसांचं नाव घेऊ नका!''

''वेळ पडल्यास तुमचा हा भाऊ छबूशी लग्न करील?'' मी विचारलं.

''लग्न?''

''हो हो! लग्न! आता छबूची संमती आहे की नाही हे मला माहीत नाही. मी प्रयत्न करीन. पण तुमच्यापुरतं बोला!''

''पण तुम्ही या कार्ट्याला पत्करायला तयार आहात?''

''नाहीतरी त्याला ती आवडली आहे. तुमचं घराणंही चांगलं आहे. म्हणता. छबू वाढलेली मुलगी आहे. आमच्या काळजाचा घोर तरी नाहीसा होईल!''

''पण शशी फक्त मॅट्रिक आहे.''

''अहो, काय करायचेयूत बी.ए. आणि एम्.ए.? स्वतंत्र धंदा आहे ना? आणि छबू तरी काय मोठी लागून गेलीय्? तीही इंटर फेल आहे. पण बाकी सारं चांगलं आहे. पहा विचार करा. नाहीतर—''

''पोलिस!'' गोंद्या ओरडला.

''हो! माझा मामा पोलिस-इन्स्पेक्टर आहे! केयूर, आपण त्याच्याकडेच जाऊ!'' माझ्या बोलण्याचा रोख पाहून एका मित्रानं थाप दिली.

''पाहू! लग्नाबद्दल विचार करू.'' तो थोरला भाऊ म्हणाला, ''नाहीतरी याला आता असा अडकवलाच पाहिजे! नाहीतर पुन्हा गुण उधळायचा! बाकीच्या गोष्टी जमल्या तर—''

''अहो, मनात असलं तर सर्व गोष्टी सहज जमतात! पत्रिकासुद्धा दोन दोन करून घेतात हल्ली! जी जुळेल ती पुढं करतात!'' तो पोलिस-इन्स्पेक्टरचा 'भाचा'

म्हणाला.

"चला! आता या मुद्यावर श्रीयुत चौकुळकरनी आमचं तोंड गोड केलंच पाहिजे." गोंद्याला राहवलं नाही. "मथुरा भुवन आपली वाट पहातंय्!"

पुढचं सांगत बसत नाही. मुख्य मुद्दा म्हणजे, माझं कॉलेज सुरू होण्यापूर्वी एका चांगल्याशा मुहूर्तावर छबू घाटपांडेचं शशिकांत चौकुळकरशी लग्न झालं. आता छबूनं लेखन सोडून दिलं आहे. लग्न होण्यापूर्वी रचलेली अंगाईगीतं ती आता मुलांना झोपवताना म्हणत असते आणि तिचे वेगवेगळ्या अँगल्सनी फोटो काढण्यात शशिकांत चौकुळकर दंग असतात...

केयूरनं तिसऱ्या सिगारेटची राख झटकली आणि इस्माइलकडे पुन्हा एक स्नेहपूर्ण कटाक्ष टाकला. इस्माइल आणखी चहा आणण्यासाठी आत धावला.

"अस्सं! म्हणजे एकूण त्या रोडसाइड रोमिओला ज्युलिएट मिळाली तर!" मी इसापासारखं तात्पर्य काढत म्हणालो.

"तसंही म्हणा हवं तर!" केयूर उत्तरला, "ज्युलिएटची उंची किती होती हे मला माहीत नाही; पण आमच्या छबूबद्दल म्हणाल तर तिची उंची अवधी चार फूट दहा इंच होती. चेहरा असला तरी तिच्या या अपार उंचीमुळं तिचं लग्न जमता जमत नव्हतं. अखेरीस तिच्या क्रांतिकारक लेखणीनं आणि त्या तरुणाच्या उल्लूपणानं

हात दिला! तिचं आईवडील तिच्या काळजीतून सुटले. आजकाल मावशी माझ्यावर प्रेमाचा इतका वर्षाव करते की, 'माय मरो मावशी जगो!' ही म्हण खरी वाटू लागते!''

तेवढ्यात चहा आला. चहाचा कप अप्पा बिवरेनं वर उचलला आणि माझ्या कपावर टेकवीत तो ओरडला, ''टु दि हेल्थ ऑफ् रोडसाइड रोमिओज्!''

''नो नो! टु दि हेल्थ ऑफ् पोस्टसाइड रोमिओज्!'' आपला कप माझ्या कपावर आदळीत केयूर साठे म्हणता झाला!

.४.

कावळा आणि ढापी

ऑफिसला दांडी मारून मी टीव्हीवर क्रिकेटची मॅच पाहत होतो. कॉलनीतल्या तरुण मुली सभोवताली बसल्या होत्या. क्रिकेट आवडत नाही म्हणून किचनमध्ये बायको लुडबुडत होती. वर पंखा सुरू होता. पावडरीच्या सुवासिक स्प्रेचा न् मोगऱ्याच्या फुलांचा संमिश्र गंध दरवळत होता. इंजिनिअर-वाडेकर रंगात आले होते. प्रतिस्पर्ध्यांची गोलंदाजी फोडून काढत होते. सुख-सुख म्हणतात ते तरी दुसरं काय असतं?

तेवढ्यात बायको धावत आली.

"लवकर चला बाहेर—"

"पण काय झालंय काय? मला आत्ता वेळ नाही!"

"झालं! दैव देतं नि कर्म नेतं, असं होईल—"

"तरी पण?"

"बाहेर कोण आलंय, ते तरी पाहा—"

मालाडला राहणारी हिची धाकटी बहीण आली असेल, असं मला वाटलं. तिचं येणं— निदान अशा मोक्याच्या वेळी येणं— मला फारसं पसंत नव्हतं. चडफडत मी उठलो. बाहेर आलो.

केसांची झुलपं वाढवलेला, टाइट पँट घातलेला एक तेरा-चौदा वर्षांचा मुलगा माझ्यासमोर उभा!

"हा कोण?"

"हा ना? ज्योआकिम—" —आमचं कलत्र.

"नाव झोकदार आहे— पण आपल्याकडे येण्याचं कारण?"

"अहो— आपल्याला सर्व्हंट हवा आहे —लक्षात आहे ना? आपला तो लक्ष्मण गेला—"

"अरेच्चा— मी विसरलोच होतो की!"

"हो-हो— विसरणारच! तुम्ही बसा ऑफिसला दांडी मारून मजेत टीव्ही बघत—! उष्टी-खरकटी, धुणीभांडी, झाडलोट करून चार दिवसांत माझा जीव अर्धा झाला—"

"होऊ दे ना, आयता होतोय तर—! डाएटिंगपेक्षा—"

"हो का? व्यायामाची गरज तुम्हालाच आहे! पोटाकडे पाहा एकदा— पाच महिन्यांच्या—"

"ऑर्डर ऑर्डर! मग काय ज्योआकिम— ठीक आहे ना?" मी हसत-खेळत पृच्छा केली. माझ्या पोटाच्या वाढत्या घेराकडे हिनं नजर वळवली की माझ्या उरलेल्या शरीरात खेळकरपणा संचारू लागे.

"किती पैसे घेणार रे तू?" हिनं मुद्द्याला हात घातला.

"सायबा— म्हैन्याक चाळीस रुपये—"

"बाप रे! सिंधू— भाषा कोणती याची?"

"कोकणी आहे. पण मराठीला जवळ—"

"मग जमणार कसं आपलं?"

"वा तुम्हीच तर म्हणत होतात ना— मराठी कोकणीला जवळची आहे म्हणून!"

“ते वेगळं गं! बरं बुवा— आपल्याला काय! तुला चालत असेल तर आपली ना नाही. ज्योआकिम—”

“मजो पाय माका ज्यो म्हुंता—”

“पाय? पाय म्हणजे काय?”

“पाय म्हुंजे मायचो घोव!”

“अच्छा!” नीटसं कळलं नाही— पण इंजिनिअर आऊट होईल म्हणून मला काळजी वाटत होती. म्हणून मी गडबडीत म्हणालो— “ज्यो— उद्यापासून कामावर ये—”

“बरे सायबा—”

“ए सायबे, आता तू पाहा त्याच्याकडे— मी चाललो टीव्ही पाहायला—” मी कशीबशी सुटका करून घेतली. खरं सांगायचं म्हणजे, माझं प्रथमदर्शनी त्याच्याविषयी फारसं चांगलं मत झालं नव्हतं. टाइट पँट घालून तो फरशी कशी पुसेल आणि केसांची झुलुपं सांभाळत भांडी कशी घासेल, ही दोन कोडी मला सुटत नव्हती. पण विचार करायला वेळ होता कुठं? मी येईपर्यंत वाडेकर आणि इंजिनिअर दोघं बाद झाले होते— त्यामुळं तर माझं ज्योविषयीचं मत आणखीनच बिघडलं.

दुसऱ्या दिवशी सूर्य माथ्यावर आला— माझी ऑफिसला जायची वेळ झाली तरी ज्योचा पत्ता नाही.

मी सिंधूला म्हटलंसुद्धा— “काय गं ए— तुझा तो किरिस्तांव रामा गडी काही येत नाही असं दिसतं!”

“सकाळी काही तरी शुभ बोला— नकारघंटा नको!”

तेवढ्यात ज्यो आत घुसला. आणखी काही असो-नसो— तो शंभरपर्यंत जगणार, हे मी ओळखलं.

“काय रे, एवढा उशीर का?”

स्वारी गप्प.

“हे पाहा— सकाळी दहा-दहा वाजेपर्यंत केरकचरा घरभर पडलेला मला आवडत नाही... फरशी सातच्या आत कशी धुऊन-पुसून लख्ख झाली पाहिजे... सोफासेट, खिडक्यांवरचे पडदे धूळबीळ झटकून स्वच्छ केले पाहिजेत!”

तो माझ्याकडे आश्चर्यानं पाहत राहिला. जणू काही त्याला मी आमच्या कंपनीचे रेफ्रिजरेटर टुंड्रा भागात नेऊन एस्किमोंना विकायला सांगत होतो!

“असा पाहतोस काय माझ्याकडे? माझ्या चेहऱ्याइतका देखणा चेहरा पाहिला नाहीस कधी?”

यावर “सायबा—” म्हणून त्यानं मला जे किरिस्तांवी कोकणीत, सुनावलं

त्याचा मथितार्थ असा होता की, भल्या सकाळी केर काढू नये, असं शास्त्र आहे! केर हा नेहमी दहा वाजल्यानंतरच काढावा. नाहीतर घरात भलतंसलतं घडतं! त्याला या गोष्टीबद्दल मुळीच शंका नव्हती.

"वेडपटपणा नको. तुझी शास्त्रंबिस्त्रं तुझ्या गावी! गोव्याचा ना तू? तिथली शास्त्रं आमच्या महाराष्ट्रात नाही चालत!" मी त्याला निक्षून सांगितलं. तो उशिरा आल्यामुळं सिंधू वैतागली होती, तिनंही त्याला तंबी भरली.

ज्यो मुकाट्यानं कामाला लागला. मी ऑफिसला निघालो.

दुसऱ्या दिवशी ज्यो भल्या सकाळी हजर. मनात म्हटलं— आज्ञाधारक दिसतो! हल्ली हा गुण बराच दुर्मिळ झालाय.

त्यानं केर काढला, फरशी पुसली. सोफ्यावरची धुळीची पुटं झाडून काढली. मी ऑफिसला जाताना मुद्दाम पाहिलं— काम तसं चोख होतं.

एक-दोन दिवस असं चाललं आणि मग हिच्या कानांतल्या हिऱ्याच्या कुड्या नाहीशा झाल्या! अंग धुताना तिनं बाथरूमवरल्या फळीवर काढून ठेवलेल्या किमती कुड्या केस पुसून ती बाथरूममध्ये परत आली तर एकाएकी गायब. चार-पाच हजारांची वस्तू. या महागाईच्या दिवसांत केवढा मोठा फटका!

"तुला त्या कुड्या काढून ठेवायला सांगितल्या कुणी? अंघोळ करताना कुड्या काढायची गरजच काय? कुड्या म्हणजे काय मनगटावरलं घड्याळ आहे काढून ठेवायला?"

"अहो, पण कुड्या काढून ठेवल्या की मोकळेपणानं अंग धुता येतं. नीट साबण लावता येतो!"

"कानाला नाही साबण लावला तर काय सौंदर्यात उणेपणा येतो?"

"हे पाहा— आता ह्या गोष्टीची चर्चा कशाला? आपलं लग्न होऊन किती वर्षं झाली?"

"किती?"

"किती?"

"किती?"

"नाही ना आठवत? तर, तेव्हापासून मी रोज कुड्या काढून ठेवून अंग धुते. आत्ताच हे असं झालं—"

आम्ही पुन्हा कुड्यांचा शोध जारीनं पुढं सुरू केला.

ज्योआकिम किचनजवळच्या बेसिनवर शांतपणे भांडी घासत होता. चेहरा निष्पाप नसला तरी बिलंदर खास नव्हता.

"ज्योआकिम, हिऱ्याच्या कुड्या पाहिल्यास कुठं?" मी चौकशी केली.

"हिऱ्याच्या कुड्या? म्हणजे काय असतं?"

मी 'हिरा' या वस्तूविषयी त्याला सोपपत्तिक माहिती दिली. कुड्या म्हणजे काय, ते समजावून सांगितलं व हिरा आणि कुड्या यांचा परस्परसंबंध कसा येतो हे स्पष्ट केलं.

"किती रुपये किंमत सायबा?"

"असेल चारपाचशे रुपये." मी धोरणीपणानं उत्तर दिलं. चार-पाच हजार रुपये सांगितलं तर गुंता झालाच असेल तर तो वाढेल, म्हणून मी सावधगिरी बाळगली होती.

"बाप रे! पाचशे रुपये? म्हणजे माझा वर्षाचा पगार झाला सायबा."

थोडा वेळ तो विचारात पडला. मग एकाएकी त्याचा चेहरा उजळला. हिऱ्याचा काय पडेल असा लख्ख प्रकाश त्याच्या चेहऱ्यावर पडला. मान हलवत तो म्हणाला, "बरोबरच आहे."

"काय बरोबर आहे?"

"तो तुमचा किमती माल हरवणारच—"

"म्हणजे काय?"

"भल्या सकाळी केर काढला की असंच घडणार!"

मी कपाळावर आठ्या चढवल्या.

"सायबा— मी तुला मागं काय सांगितलं होतं? भल्या सकाळी केर काढला की काही भलतंसलतं घडतं म्हणून! केर दहा-अकरा नंतर काढावा— आता तरी तुला पटलं का?"

"हे बघ ज्यो— फालतू गोष्टी मला नको सांगूस! दुसरं म्हणजे, मला 'तू' म्हणू नकोस—! मालकाला 'तू' म्हणण्याची तुझी किरिस्तांवी पद्धत मला मान्य नाही!"

"सायबा तुका इंग्रजी येता?"

"वा! इंग्रजी येता म्हणजे काय?"

"इंग्रजीत सायबाला काय म्हणतात? 'यू'च! मोठा माणूस असो लहान असो— सर्वांना यू! आमची कोकणी इंग्रजीसारखी आहे!"

"बरं बरं! काम झालं म्हणजे त्या कुड्या शोधायला लाग—"

सिंधू अगदी रडकुंडीला आली होती. दोन दिवस आमच्या घरातलं वातावरण कसं तंग होतं. सिंधू तर धड जेवत नव्हती— खात नव्हती.

"तो ज्यो म्हणतो, त्यात काही तथ्य असावं." ती मला अनेकदा म्हणाली.

"भलतंच! तो मूर्ख माणूस काहीतरी बडबडतो आणि तू सात मूर्ख त्याच्यावर

विश्वास ठेवतेस! मला तरी त्या ज्योचा संशय येतो—''

पण ज्योनं माझा संशय खोटा पाडला.

दोन दिवसांनी मी ऑफिसातून घरी आलो, तर घरात आनंदीआनंद. गुढ्या-तोरणं तेवढी लावायची राहिली होती—! चहा व चहाच्या आधी तुपानं ओथंबलेला शिरा.

''कुड्या मिळाल्या बरं का!'' सिंधू हसत उद्‍गारली.

''मिळाल्या? कुठं? कशा? केव्हा?''

''सांगते. कुड्या ज्योनं सकाळी आणून दिल्या. बिचारा दोन दिवस आपल्या घरासमोरची कचऱ्याची पिंपं धुंडाळत होता. घरातलं काम संपलं की तो त्या कामाला लागायचा. शेवटी कचऱ्यात मिळाल्या—''

''तिथं कशा गेल्या?''

''हे बघा— कशा गेल्या, कुणी टाकल्या— यावर चर्चा नको! ज्यो होता म्हणून कुड्या मिळाल्या— तुम्ही उगाच त्याच्यावर संशय घेता—''

''बरं बाई— चुकलो—''

''आणि हो— मी ज्योला उद्यापासून घरातला केर दहा-अकरानंतर काढायला सांगितला आहे!''

''स्टुपिड!''

''असू दे स्टुपिड! तुका काय कळंना सायबा—'' सिंधू डोळे मिचकावत म्हणाली आणि माझ्या गळ्यात हात घालून तिनं कितीतरी दिवसांनी आपण होऊन माझा मुका घेतला. हा त्या हिऱ्यांच्या कुड्यांचा प्रभाव!

दुसऱ्या दिवशी ज्योचा दहा वाजेपर्यंत पत्ता नाही. मालकिणीची परवानगी असल्यावर मग काय विचारता!

मला मात्र ते पसंत नव्हतं. सकाळी घर कसं आरशासारखं लख्ख असावं, बाथरूम स्वच्छ धुतलेली असावी, पडद्यावरची धूळ झटकली जावी— यावर माझा नेहमीच कटाक्ष असे. कुड्यांच्या त्या प्रकरणामुळे ज्योआकिम उशिरा उगवू लागला, तेव्हा मी न राहवून त्याला एकदम दम भरला.

''ज्यो— आजकाल तू फार उशिरा येतोस रे. काही चांगलं नाही.''

''पण लवकर येऊन करू काय सायबा?''

''आधी काय करत होतास?''

''केर काढत होतो— बाथरूम धूत होतो— खिडक्यादारावरची धूळ झटकत होतो.''

''व्हेरी गुड! उद्यापासून हे सारं पहिल्यापासून सुरू कर!''

त्यानं मला आपादमस्तक न्याहाळलं— गालातल्या गालात तो हसला आणि म्हणाला, "सायबा, मालकिणीचीच परवानगी नाही!"

"कशाला परवानगी नाही?"

"दहापूर्वी केर काढायला मालकिणीनं मनाई केली आहे—"

मीही त्याला आपादमस्तक न्याहाळला. मग म्हटलं— "ठीक आहे—! केर दहानंतर काढायला हरकत नाही. तरीसुद्धा सकाळी ये—"

"ते का सायबा?"

"बाथरूम लख्ख धुतलेली असल्याशिवाय मला अंघोळ करावीशी वाटत नाही— आणि मी अंघोळ आठपूर्वी करतो, हे तुला माहीत आहेच!"

हे ऐकून आश्चर्यानं त्यानं 'आ' वासला. जणू त्याला मी बाजारात वनस्पती तेलाचे भरपूर डबे आहेत आणि ते 'क्यू'विना मिळतात, असं सांगत होतो!

"तुझी कमाल आहे सायबा!"

"का बरं?"

"केर न काढता बाथरूम धुवायला सांगतोस–"

"त्यात काय झालं?"

"तसं केलं तर घरातल्या कुणाला तरी ॲक्सिडेंट होतो— माझा पाय सांगायचा मला!"

"डॅम इट! मला मूर्खपणाच्या गोष्टी सांगू नकोस! उद्यापासून सकाळी सात वाजता तू घरी आलं पाहिजेस!"

"तुझी मर्जी सायबा!"

दुसऱ्या दिवशीपासून ज्यो पुन्हा न चुकता सकाळी सातला उगवू लागला. आल्या-आल्या बाथरूमची फरशी लख्ख धुऊ लागला. केरकचरा काढण्याचं काम तो मी ऑफिसात गेल्यावर करी. पण निदान तूर्त अंघोळ तरी माझ्या मनाप्रमाणं होत होती, हे काही कमी नव्हतं.

हे चार दिवस चाललं आणि पाचव्या दिवशी सकाळी आमच्या विनोदला अपघात झाला!

विनोद दात घासण्यासाठी बाथरूममध्ये गेला आणि तिथल्या फरशीवरून घसरून खाली कोसळला. त्याच्या हाताला जबर दुखापत झाली. कोपराचं हाड दुखावलं. डॉक्टरनं सांगितलं— हात तीन आठवडे प्लॅस्टरमध्ये ठेवावा लागेल!

सगळी धावपळ संपली. ऑफिसला मी गेलो नाही. रजा काढली. विनोद झोपला होता— त्याच्यापाशी नुसता पडून राहिलो. तेवढ्यात सिंधू आली. विनोदजवळ बसून घुश्शात म्हणाली, "तुम्हाला माहीत असताना मुद्दाम तुम्ही हा अपघात का

होऊ दिलात?''

"काय माहीत होतं मला?''

"विनोदला अपघात होणार हे!''

"व्हॉट डू यू मीन? विनोदला अपघात होणार, असं मला काय स्वप्न पडलं होतं?''

"स्वप्नच पडायला पाहिजे, असं नाही! ज्योनं तुम्हाला तसं सांगितलं होतं म्हणे! मला ज्यो सकाळी म्हणत होता—''

मला एकदम ज्योचं ते आर्ग्युमेंट आठवलं.

"स्टुपिड!''

"काय स्टुपिड? एवढं झालं तरी स्टुपिड? मला जर हे आधी माहीत असतं, तर मी बाथरूम पुसू दिली नसती त्याला भल्या सकाळी!''

मी काही बोललो नाही. त्या वेळी काही बोलण्यात अर्थ नव्हता.

दुसरे दिवशी आठ वाजून गेले तरी ज्योचा पत्ता नाही!

मी अंघोळीची तयारी करताना सिंधूला ओरडून विचारलं, "आज ज्योनं काय दांडी मारली?''

"ज्यो कधीच दांड्या मारत नाही—''

"पण आता आठ वाजले तरी—''

"मी त्याला दहा वाजता यायला सांगितलंय—''

"अगं, पण ही बाथरूम कोण धुणार सकाळी?''

सिंधूनं चिडून माझ्याकडे पाहिलं आणि डाव्या हातानं दात घासत बेसिनपाशी उभ्या असलेल्या विनोदच्या प्लॅस्टरमधल्या हाताकडे दृष्टिक्षेप टाकला.

मी मुकाट्यानं अंघोळीसाठी बाथरूममध्ये शिरलो.

रविवारी सकाळी सिंधू मासे आणायला गेली होती. दहा वाजता ज्यो आला. मला तो दोन-चार दिवस एकटा भेटला नव्हता.

"काय ज्यो, पुन्हा तू दहा वाजता यायला लागलास!''

"मालकिणीचा हुकूम सायबा— मी काय करू?''

"उद्यापासून सकाळी यायला लाग! मालकाचा हुकूम आहे हा— सकाळी सात वाजता—''

"पण सकाळी सात वाजता येऊन करू काय? झाडलोट, बाथरूम धुणं तर दहानंतर केलं पाहिजे— जेवणाशिवाय भांडीकुंडी नाहीत न् भांडी घासल्याशिवाय कपडे धुणं नाही—''

"ठीक आहे— सातला नको. साडेआठला तरी येशील—''

"ते का सायबा?"

"अरे— निदान खिडक्यांच्या काचा पूस, पडद्यावरली धूळ झाड! वेळ उरला तर मी माझी काही कामं सांगेन!"

ज्यो माझ्याकडे पाहतच राहिला. जणू काही महाराष्ट्राचे सारे मंत्री आपापले आलिशान बंगले सोडून आमच्या शेजारी राहायला येणार आहेत, असं मी त्याला सांगत होतो!

"हे बघ ज्यो, सकाळी दहाच्या आधी पडद्यावरली धूळ झाडली आणि खिडक्यांच्या काचा स्वच्छ केल्या तर काहीतरी भलतंसलतं घडतं, हे मला सांगू नकोस पुन्हा!"

"भलतंसलतं? सायबा— घरातलं कुणीतरी आजारी पडतं— माझा पाय सांगायचा!"

"हे पाहा— तुझा पाय सांगो, नाहीतर हात सांगो— उद्यापासून हे ठरलं—"

"मालकिणीला विचारू का सायबा?"

"नको, काही गरज नाही!"

"ठीक आहे सायबा—"

ज्यो नेहमीसारखा आढेवेढे घेऊ लागला तेव्हाच मी जाणलं होतं की, हा पोरगा आळशी आहे. सकाळी उठून आमच्याकडे येणं त्याच्या जिवावर येतं. मग सांगतो काहीतरी मूर्खासारखी शास्त्रं.

मी हे सिंधूला सांगितलं, तेव्हा तिला ते मुळीच पटलं नाही. "उगाच त्या पोराला दोष देऊ नका— त्याच्या सांगण्याचा आपल्याला दोन वेळा प्रत्यय आलाय."

"अगं— कावळा बसला न् ढापी पडली."

"पण ढापी आधी नव्हती पडली; कावळा बसल्यावरच पडली! होय ना? निदान तेवढा तरी संशयाचा फायदा त्याला द्या ना! पुन्हा कशाला विषाची परीक्षा?"

पण मी काही ऐकायला तयार नव्हतो. त्या पोराला सरळ आणावा आणि सिंधूचा असल्या गोष्टींवरचा विश्वास उडावा, असा माझा दुहेरी हेतू होता. घरातल्या मौल्यवान वस्तू कधी हरवत नाहीत की काय आणि बाथरूममध्ये पाय घसरून कुणी पडत नाहीत की काय? उगाच भलतेसलते संशय! बिनबुडाच्या कल्पना!

माझ्या सांगण्यावरून ज्यो पूर्ववत् सकाळी साडेआठला येऊ लागला. आल्या-आल्या फर्निचरवरची धूळ झटकू लागला. पडदे झटकू लागला. भल्या सकाळी घर, बाथरूम, दारं, खिडक्या कशी लख्ख असावीत— अशी माझी नेहमीची इच्छा होती. त्यापैकी निदान एक-तृतीयांश स्वप्न प्रत्यक्षात येत होतं, हे काही कमी नव्हतं!

पुढल्या आठवड्यात मी ऑफिसहून येताना सपाटून भिजलो. घरी आलो, गरम-गरम कॉफी घेतली. पण रात्री थंडी वाजून माझ्या अंगात ताप चढला. घसा चांगलाच दुखू लागला, रात्रभर मी तापानं फणफणत होतो. सिंधू माझ्या उशाशी बसून होती.

ताप उतरायला न् खडखडीत बरा व्हायला आठ दिवस लागले. नवव्या दिवशी मी सकाळी उठलो आणि ऑफिसला जायची तयारी करू लागलो.

''सिंधू— वाजले किती?'' मी विचारलं.

''नऊ वाजून गेले असतील—''

''आणि तो ज्यो कुठं आहे? अजून पत्ता नाही?''

''तो दहानंतर येतो—''

मी चिडलो, ''ते का म्हणून?''

सिंधू शांतपणे म्हणाली— ''एवढं महाभारत झालं तरी अजून तुम्हाला कळत नाही? त्यानं तुम्हाला जे काही सांगितलं होतं, त्याचा तुम्हाला स्वत:ला पडताळा आला ना? आता तरी त्याला काही सांगू नका— सवरू नका! कळलं का?''

मी गप्प बसलो. काय बोलणार?

सध्या सकाळी आमच्या घरची दशा पाहवत नाही! केरकचरा साऱ्या घरभर पडलेला असतो— बाथरूम गबाळी दिसत असते— दाराखिडक्यांवरचे पडदे न् दिवाणखान्यातलं फर्निचर धुळीनं माखलेलं असतं—! सकाळी मी उठलो की ऑफिसला जाण्याचा अर्धाअधिक उत्साह खलास होतो.

मी ऑफिसला जायच्या सुमारास म्हणजे दहा-साडेदहा वाजता ज्यो रेंगाळत घरात शिरतो. माझ्या कपाळावर आठ्या चढलेल्या आहेत, हे त्याला माहीत असतं. माझ्याकडे तो हळूच पाहतो— गालातल्या गालात हसतो आणि जांभया देत, मालकिणीनं बनवलेला स्पेशल चहा पिण्यासाठी स्वयंपाकघरात घुसतो...

. ५ .

नशा समाजकार्याची

'टायगर क्लब'ची साप्ताहिक बैठक भरली होती. मोटारीतून येऊनही सर्व मंडळी दमल्याप्रमाणं 'हाश हुश्' करत होती. आणि मानेवरचा घाम नाजूकपणानं टिपत होती. क्लबाच्या चाळीसपैकी पंचवीस सभासद हजर होते. म्हणजे, त्या मानानं उपस्थिती चांगलीच सुधारली होती. कॉफी पिण्याचा मुख्य कार्यक्रम झाला होता आणि गैरहजर असलेल्या सभासदांविषयीच्या गप्पा रंगात आल्या होत्या. कल्बचे उपाध्यक्ष श्री. कोलवाळकर यांनी तांदळाची पोती चांगला भाव मिळावा म्हणून मुंबईकडे कशी पाठवली आणि साहजिकच स्थानिक बाजारात तांदळाचे भाव कसे कडाडले यावर गरमागरम चर्चा चालू होती. कोलवाळकर उपस्थित नसल्यामुळे जो-तो त्यांच्यावर तोंडसुख घेत होता.

तेवढ्यात क्लबात नव्यानं सामील झालेले प्रा. अन्नछत्रे ताड्दिशी उभे राहिले आणि ओरडले, ''गेल्या वर्षभरात टायगर क्लबानं काय कार्य केलं आहे हे, अध्यक्ष टायगर सिन्हा सांगतील काय?''

सर्वांनी चमकून अन्नछत्रेकडे पाहिलं. 'नवीन आहेत— मुरलेले नाहीत', असा भाव सर्वांच्या चेहऱ्यांवर तरळत होता. प्रा. अन्नछत्रेंना क्लबमध्ये सामील करून घेण्यात आलं होतं ते बऱ्याच अंशी नाइलाजानं. नाहीतर प्राध्यापकासारख्या निरुपद्रवी माणसाच्या वाटेला जायचं, 'टायगर्स'च्या पातळीला शोभण्यासारखं नव्हतं. क्लबतर्फे व्याख्यानासारखा कार्यक्रम असला की वक्त्याची ओळख करून द्यायला नि आभार मानायला प्राध्यापकासारख्या

माणसाची क्लबला गरज होती. एरवी मोटारवाल्या उच्चभ्रू मंडळीत बसनं प्रवास करणारा प्राध्यापक म्हणजे वाघांच्या कळपात बोकड वा काळवीट!

अन्नछत्रेंचा प्रश्न ऐकून टायगर सिन्हा खाकरले आणि टायची गाठ सैल करून पुन्हा घट्ट करत ते म्हणाले, "गेल्या वर्षभरात क्लबनं डोळ्यांत भरण्याइतकी कामगिरी केली आहे. गावाच्या दोन्ही बाजूला 'वेल्कम्'चे बोर्ड लावणे, क्लबचा वार्षिक दिन, शिक्षणमंत्र्यांना पार्टी, सुप्रसिद्ध नटी कांताकुमारी हिला डिनर, अध्यक्षांच्या म्हणजे माझ्या बर्थ डे निमित्त बॉलडान्स— अशी अनेक समाजोपयोगी कामं केली आहेत. आणि या साऱ्या कार्यक्रमांत क्लबाच्या सर्वच्या सर्व चाळीस सभासदांनी उत्साहानं भाग घेतला होता, हे टायगर अन्नछत्रे सोइस्करपणे विसरलेले दिसतात." शेवटचा वाक्यांश बोलताना त्यांनी चिरूटचं टोक दातांत धरलं. वाक्य संपल्यावर ओठ वाकडा करून त्या टोकाचा काड्दिशी तुकडा पाडला. या त्यांच्या 'ॲक्शन'मध्ये तुच्छता, उपरोध, बेफिकिरी आदी अनेक भावनांचं बेमालूम मिश्रण झालं होतं. साऱ्यांनी पसंतीदर्शक माना डोलावल्या आणि अन्नछत्रेंकडे सहानुभूतिदर्शक नजर टाकली.

नाउमेद न होता, अन्नछत्रे म्हणाले— "क्लबानं भरगच्च कार्यक्रम केले याबद्दल मला अभिमान वाटतो. यापुढंही ही महान परंपरा सुरू राहावी, म्हणून मी एक सूचना मांडतो—"

सारे टायगर्स कान टवकारून एकदम सावध झाले.

"रक्तदानाचं सोडून काहीही बोला—" एक पुटपुटला.

"शाळेबिळेला डोनेशन तर नाही ना? क्लबाची आर्थिक स्थिती डोळ्यांसमोर ठेवून काय ते बोला—" ठिपक्याठिपक्यांचा बुशकोट घातल्यामुळे बिबळ्यासारखा दिसणारा एक टायगर गुरगुरला.

"माझी सूचना वेगळी आहे—" प्रा. अन्नछत्रे म्हणाले.

"सरकारीखात्यांकडे अमेरिकन एडखाली काही धान्याची पोती आली आहेत. पी.एल्.फोरएटी योजनेनुसार खेड्यातील गोरगरिबांना वाटण्यासाठी या धान्याचा उपयोग करायचा आहे. ते वाटपाचं काम आमच्यातर्फे करता येईल. आपण कुठल्यातरी एका खेड्यात जाऊ आणि या धान्यवाटपाचा कार्यक्रम करू. हवं तर आपण वर्गणी गोळा करून आणखी काही पोती विकत घेऊ—"

"अमेरिकेची किती पोती आहेत?" एकानं विचारलं.

"दहा-बारा असतील—"

"तूर्त तेवढी पुरेत!" तो 'एक' पुटपुटला.

"ठीक आहे— आपली मर्जी—" अन्नछत्रे म्हणाले.

"या संधीचा फायदा घेऊन आपल्या क्लबातल्या डॉक्टर्सनी गरीब रोग्यांना

मोफत सल्ला द्यावा. फार्मसीवाल्यांनी औषधं मोफत वाटावीत—''

"वा—नामी कल्पना—!" स्वत: डॉक्टर किंवा फार्मसीवाले नसलेले एक टायगर उद्गारले.

"छान! पी. एल. फोरट्वेंटीच्या निमित्तानं—"

"फोरट्वेंटी नव्हे—फोरएटी—"

"अच्छा—दोन्ही एकच आम्हाला! तर, त्या निमित्तानं मस्त पिक्‌निक होईल. काढा एखादं निसर्गरमणीय ठिकाण—"

"माणगावला जाऊ—"

"का हो? तुमचं ते गाव म्हणून की काय? गावातल्या जनतेवर इंप्रेशन मारून स्थानिक पुढारी म्हणून मिरवायचं आहे की काय?"

"बरं बुवा— राहिलं! तुम्हीच सुचवा गाव—"

"बस्तोड्याला जाऊ—"

"नको बुवा! जंगलात कुठं जायचं कडमडायला? तिथले कोल्हे आजकाल फार पिसाळले आहेत म्हणे—"

"अरे— टायगर असून कोल्ह्यांना घाबरता?"

"अरे, नाव सोनूबाई—हाती हाती—काय बरं ते?"

प्रा. अन्नछत्रेंनी चर्चा थांबवली आणि ते म्हणाले, "इथून वीस मैलांवर असलेल्या पुनोसा गावी अन्नधान्याचा तुटवडा आहे, असं ऐकलं. आपल्या दहा-बारा पोत्यांनी प्रश्न सुटणार नसला तरी अडचणीच्या वेळी—"

"चालेल—" सर्वांनी माना डोलावून मान्यता दिली.

"हेच खेडं फिक्स करू—"

"पण धान्याचं वाटप कोण करणार?" एकानं शंका काढली.

"अर्थात आपणच—"

"आपण? आपल्याला नाही जमायचं! मी आमच्या दुकानातले गडी घेऊन येतो—"

"ते जाऊ द्या हो— या किरकोळ गोष्टी आहेत! धान्यवाटप झाल्यानंतर हेवी डिनर पाहिजे. चिकनचा बेत करू. नायगारामध्ये तंदुरी चिकन छान मिळते—"

"आणि हे पाहिजेच हं— इट इज ए मस्ट!"

टायगर सिन्हांनी उजव्या हाताचा अंगठा तोंडाला भिडवत महत्त्वाची सूचना केली. "काय हो ट्रेझरर, याची व्यवस्था करणार ना?"

"तर! हवी तर फॉरिनचीसुद्धा आणतो— काळजी काय करता!" ट्रेझरर औदार्य प्रकट करत उद्गारले.

अशा रीतीनं पुनोसा गावी जायचा बेत निश्चित झाला. रविवारी दुपारी दोनला सर्वांनी एकत्र जमून टायगर कोलवाळकरांच्या मालकीच्या बसमधून पुनोसा गावी कूच करायचं, असं ठरलं. खाण्यापिण्याच्या व्यवस्थेसाठी ट्रेझररच्या अध्यक्षतेखाली एक कमिटी नेमण्यात आली आणि अशा रीतीनं एका महान योजनेचा आराखडा आखून टायगर्स मंडळी समाधानानं घरी प्रयाण करती झाली.

रविवारी दुपारी दोन वाजता पुनोसाला जायचं ठरलं होतं, परंतु मंडळी गोळा होईपर्यंत चार वाजून गेले. उपस्थिती अर्थातच चांगली होती. चाळीसपैकी पस्तीस लोक आले होते. त्यापैकी तीस जणांनी खाण्यापिण्याचा इंतजाम चांगला झाला आहे ना, याची प्रथम खात्री करून घेतली आणि मगच ते बसमध्ये चढले. टायगर प्रा. अन्नछत्रेंनी गव्हाची पोती मोटारीत चढवण्याची व्यवस्था केली आणि बस पुनोसाच्या मार्गाला लागली.

"डॉक्टर सिन्हा आलेले दिसत नाहीत—" दाबके म्हणाले.

"त्यांची बायको डिलिव्हरीसाठी ड्यू आहे ना? म्हणून घरी थांबलेत—"

"अहो— पण मागच्या वर्षीच त्यांनी मुलगा झाल्याबद्दल पार्टी दिली होती ना?"

"हूं— ही दुसरी खेप—"

"अरे बाप रे! म्हणजे फॅमिली प्लॅनिंगसाठी त्यांना कन्सल्ट करायची सोयच नाही! ज्याला पोहायला येत नाही, तो बुडत्याला काय वाचवणार हो?"

"आणि नटवरलाल कुठं आहे? की त्याची बायकोही—"

"उंहू! आज सण्डे ना? त्याचा दिवस आहे! रेगे वकिलाच्या बहिणीबरोबर गेला असेल बीचवर मजा करायला—"

"आणि त्याची ती किरिस्ताँव बायको?"

"ती गेली असेल कॅप्टन डिसूझाबरोबर मासला! येशू ख्रिस्ताला सांगायला—हे माझ्या आकाशातल्या बापा, मला नटवरलालच्या तावडीतून सोडव—"

"आणि कॅप्टन डिसूझाच्या ताब्यात दे—"

"एक्झॅक्ट्ली! बरोबर ओळखलंत!"

अशा तऱ्हेच्या खुमासदार गप्पा चालल्या असता, बस पुनोसाला कधी पोचली, हे बहुतेकांना कळलंच नाही.

पुनोसा गावात चोहीकडे पताका लागल्या होत्या. 'सुस्वागतम्'चे बोर्ड होते. गावचा तरुण सरपंच कधी नव्हे तो टाय घालून बसला सामोरा आला. सरपंचाबरोबर पँट घातलेली तरुणमंडळी होती. त्यांनी बस थांबवून बसच्या नाकाडावर फुलांचा हार चढवला. कुणी फटाकेही वाजवले. उपाध्यक्ष कोलवाळकर आणि ट्रेझरर दाबके यांना खाली उतरवून हार घालण्यात आले. (त्या दोन्ही हारांचे पैसे ट्रेझररनी क्लबच्या फंडातून दिले होते, हे पुढल्या मीटिंगमध्ये उघडकीस आले.)

गावच्या चावडीपाशी लोकांची गर्दी जमली होती. कार्यक्रमाची चांगलीच जाहिरात झाली असावी. चावडीच्या एका बाजूला चौकटीच्या चादरी पडद्यासारख्या

लावण्यात आल्या होत्या.

"या चादरी कशाला?" दाबकेंनी सरपंचांना विचारले.

"गावातल्या बायकांना तपासून घ्यायचं आहे. त्यासाठी प्रायव्हेट पाहिजे—"

"अच्छा— प्रायव्हसीसाठी होय?" डॉक्टर मांडके नाक मुरडीत म्हणाले, "म्हणजे याचा अर्थ असा की, बाकीचे टायगर्स पाय पसरून आरामात बसणार आणि आपल्याला त्या चादरीमागे जाऊन कसल्या कसल्या बायकांना फुकट तपासायला लागणार!" डॉक्टर मांडकेंची नुसती ॲडमिशन फी वीस रुपये होती. मग कन्सल्टिंग फी विचारायलाच नको! घरचं खाऊन या लष्करच्या भाकऱ्या— "डॉक्टरचं फ्री कन्सल्टेशनचं ते प्रपोजलच रिजेक्ट करायला हवं होतं! त्या अन्नछत्र्यांना अक्कल नाही–"

"चला डॉक्टरसाहेब— पेशंट्स आपली वाट बघताहेत—" अन्नछत्रे मांडकेंना म्हणाले, "डॉक्टर सिन्हा आलेले नाहीत— तुमच्यावरच सारा भार—"

"हो हो— जातो ना— जरा पाच मिनिटं विश्रांती घेऊ द्याल की नाही?" डॉक्टर मांडके 'आलिया भोगासी' स्वरात उद्‌गारले. त्यांच्या मनात आलं, 'तो बेटा मोठा बिलंदर! सफाईनं टाळली ही आपत्ती त्यानं—'

अन्नछत्रे चावडीतल्या एका-दोघा नोकरांच्या मदतीनं पोती उघडून धान्यवाटप करू लागले. डॉक्टर मांडके पडद्यामागं गेले. टायगर दाबके किरकोळ औषधं मोफत वाटण्याच्या कामाला लागले. बाकीचे टायगर्स चावडीसमोर टाकलेल्या खुर्च्यांवर आरामात बसले आणि जमलेल्या मंडळींत 'प्रेक्षणीय स्थळां'चा शोध घेऊ लागले. त्यापैकी डोळे गरागरा फिरविणाऱ्या आणि चवळीच्या शेंगेसारख्या दिसणाऱ्या विशीतल्या दोन मुलींना पाहून मंडळी अवाक् झाली.

"कोण हो या मुली?" कोलवाळकरांनी सरपंचांना हळूच विचारलं.

"त्या होय! आहेत दोन बहिणी— इथल्या नव्हेत, बाहेरून आल्याहेत–"

"काय करतात इथं?"

सरपंचांनी डोळे मिचकावले. "ते तुम्ही विचारू नये आणि आम्ही सांगू नये!"

"म्हणजे बहुजन हिताय - बहुजन सुखाय!"

"अरे वा! बरोबर ओळखलंत तुम्ही!"

धान्यवाटपाचं काम संपल्यावर सरपंचांनी जमलेल्या सर्वांना बसायला सांगितलं. दरम्यान, डॉक्टर मांडके आणि फार्मसीवाले दाबके आपली कामं संपवून मंडळींत सामील झाले.

सरपंचांनी भाषणास सुरुवात केली, "बंधुभगिनींनो, ही शहरातली मंडळी आज आपली सारी महत्त्वाची कामं बाजूला सारून तुमच्यासाठी इथं आली आहेत.

त्यांनी मुद्दाम पैसे खर्च करून तुम्हाला मोफत धान्य वाटलं आहे. शहरातल्या लोकांना खेड्यातल्या गरिबांविषयी कळवळा नसतो असं म्हणतात, ते चुकीचं आहे, हे त्यांनी सिद्ध केलं आहे. डॉक्टरनी फुकट तपासलं आहे! ('दोन-तीन मिनिटांत पेशंटला वाटेला लावत होता— तपासतो काय कपाळ?' एक टायगर जवळच्या टायगरच्या कानात कुजबुजला.) फार्मसीवाल्यांनी फुकट औषधं दिली आहेत. ('एजंटनी सँपल म्हणून फुकट दिलेली औषधं-उगाच भाव मारतोय दाबक्या'- जवळचा टायगर एका टायगरच्या कानात) तेव्हा गावातर्फे या क्लबाच्या मंडळींचे मी आभार मानतो—''

भाषण संपवून सरपंच खाली बसणार तोच कोलवाळकर त्यांना ढोसून म्हणाले, ''अहो, ते इलेक्शनचं सांगा ना!''

सरपंच पुन्हा उठून उभे राहिले— ''तुम्हाला माहिती नसेल— पण येत्या ऑगस्टमध्ये जी पोटनिवडणूक होणार आहे, त्यासाठी हे कोलवाळकर उभे राहणार आहेत— तेव्हा त्यांनी व त्यांच्या मित्रांनी आज केलेली मदत ध्यानी धरून तुम्ही त्यांनाच मतं दिली पाहिजेत—''

कोलवाळकरांनी टाळ्या वाजवल्या तशी गावकऱ्यांनीही टाळ्या वाजवून तूर्त आपली संमती दर्शवली.

यानंतर कोलवाळकर बोलायला उभे राहिले. ''मंडळी, आजचा जमाना मासेसचा आहे. महात्मा गांधींनी म्हटलं होतं- गो टु व्हिलेजिस! देशाचा प्रोग्रेस करायचा असेल तर रूरल एरियात गेलं पाहिजे. आता आम्ही जे राईसचं ऑर व्हीटचं डिस्ट्रिब्युशन केलं, त्यात विशेष काय केलं? हॅव्हज्‌नी हॅव्हनॉट्सना हेल्प करायला नको काय? गेल्या वर्षी आम्ही पोंबुर्पे गावाला जाऊन गरीब लोकांना टुथपेस्ट्स डिस्ट्रिब्यूट केल्या. टुथपेस्टमुळे दात चमकदार होतात आणि त्यामुळे इन्‌डायरेक्टरी देशाचं फ्युचर ब्राईट होतं, हे सांगायला पाहिजे असं नाही. आमचं शहर पुनोसाहून दूर नाही. तुम्हा मंडळींना कधी टुथपेस्ट लागल्या, तर त्या श्रीयुत पडते यांच्या दुकानातून घ्या. तुम्हाला कापडचोपड खरेदी करायचं असेल, तर न विसरता या देसाईंच्या दुकानात या. त्यांचं दुकान म्युनिसिपालिटीच्या मागंच आहे. औषधं घ्यायची असतील, तर या दाबकेंच्या फार्मसीत या. त्यांचं दुकान देसाईंच्या दुकानाच्या दोन दुकानं पुढं आहे. माझं ऑटोमोबाईल स्पेअरपार्ट्सचं दुकान आहे. तुम्हाला गरज लागली तर मी तुमच्या सेवेला हजर आहे. तुमच्या सेवेसाठी मी इलेक्शनला उभा आहे. 'सर्व्ह दि पीपल' हा आमचा मोटो आहे. आम्हाला नवसमाज निर्माण करायचा आहे.'' एवढे बोलून कोलवाळकर खाली बसले आणि सरपंचांनी टाळ्या वाजवायला सुरुवात करताच गावकऱ्यांनीही जोरजोरात टाळ्या

वाजवल्या.

“आमचं सायकलचं तेवढं सांगितलं नाहीत हं–” टायगर मोकाशी गुरगुरले.

कोलवाळकर पुन्हा उभे राहिले आणि म्हणाले–

“हो— एक सांगायचं राहिलंच. या श्रीयुत मोकाशीचं सायकलचं दुकान आहे. त्यांच्याकडे ऑलिम्पिक सायकलची सोल एजन्सी आहे. सरपंचांच्या सहीचा दाखला आणलात, तर तुम्हाला स्वस्त दरात सायकल द्यायचं त्यांनी ठरवलं आहे–”

भाषणाचा कार्यक्रम आटोपला. गावकरी घरोघर गेले. टायगर्समंडळी चावडीच्या मागच्या बाजूस आली. तिथं व्हिस्कीच्या बाटल्या त्यांची वाट पाहत होत्या. तंदुरी चिकनचा घमघमाट सुटला होता.

गार वारा सुटला होता. पेट्रोमॅक्सच्या अंधुक उजेडात व्हिस्कीची नशा दुसऱ्या पेगमध्येच डोक्यात भिनली. सोड्याची बाटली ग्लासात ओतून टायगर मोकाशी डॉक्टर मांडक्यांजवळ सरकले. “डॉक्टर, लेडीजना तपासत होता दोन-दोन तास—एनी इंटरेस्टिंग केस?”

“नो नो – हे प्रोफेशनल एथिक्सच्या विरुद्ध होतंय्–” डॉक्टर मांडके मान हलवून म्हणाले.

“अरेच्या! डॉक्टर, तुम्हाला व्हिस्की अजून पूर्णपणे चढलेली दिसत नाही? अन्नछत्रे– तुम्ही एकटेच सोबर दिसताय्– यांच्या प्याल्यात घाला बघू व्हिस्की! आणि सोडा नको– ऑन द रॉक्स होऊ द्या! डॉक्टर, तुमचं प्रोफेशनल एथिक्स टाका या व्हिस्कीच्या प्याल्यात बुडवून!”

डॉक्टरांनी दोन घुटके घेतले आणि म्हणाले,

“एका तरुण विधवेला तपासलं. चार महिन्यांनी प्रेग्नंट होती—! सोशल प्रॉब्लेम – दुसरं काय?”

“काय म्हणता काय!”

“तिनं कुणाचं नाव सांगितलं माहीत आहे? या सरपंचाचं! मी विचारलं नाही बरं का– तीच त्याच्या नावानं बोटं मोडीत होती–”

“अरे वा! चांगला लबाड दिसतो की हा सरपंच! नवसमाज निर्माण करण्याचा धडा आधीपासूनच गिरवतोय् लेकाचा!”

व्हिस्की आणि जिन यांचं कॉक्टेल चवीनं पीत बसलेले टायगर देसाई दाबकेंना म्हणाले, “मला त्या कोळ्याचं लक्षण काही ठीक दिसत नाही—”

“का बुवा! काय केलं कोलवाळकरांनी?”

“अहो, तुमचं तिकडं औषधाचं डिस्ट्रिब्युशन चाललं होतं ना— तेव्हा हा

कोळ्या त्या दोन बहिणींपैकी थोरल्या बहिणीशी बोलत होता! हसत काय होता, हात काय उडवत होता!''

''मग म्हणणं काय तुमचं?''

''म्हणणं काही नाही; कुठंतरी पाणी मुरतंय—''

सर्वांनी कोलवाळकरांकडे नजर वळवली. ते एका बाजूला बसले होते. डोळे मिटून प्याल्यावर प्याले रिकामे करत होते. त्यांची ब्रह्मानंदी टाळी लागली होती.

चिकनच्या तंगडीचा लचका तोडत टायगर पडते उद्गारले— ''काही म्हणा, असली काही सोशल सर्व्हिस केली ना, की बरं वाटतं— मोकळं मोकळं वाटतं! आपण समाजाचे काही लागतोच की नाही?''

''लागतो ना; कोण नाही म्हणतं?''

''अहो— दुसऱ्यांच्या कल्याणासाठी आपला जन्म! तो एकनाथ की तुकाराम म्हणून गेलाय- जगाच्या कल्याणा संताच्या विभूती! ही कोंबडी पाहा ना— आपल्यासारख्यांच्या जिभेचे चोचले पुरवण्यासाठी स्वत:च्या जिवावर उदार झाली. या चिकनप्रमाणंच आपण टायगर्सनी स्वार्थ त्याग किंवा आत्मार्पण किंवा दोन्ही—'' तेवढ्यात कुणीतरी प्रसंगावधान राखून त्यांच्या तोंडात पावाचा तुकडा कोंबला.

खाणंपिणं संपलं, सर्वांनी एक महान समाजकार्य केल्याच्या समाधानाचे ढेकर आणि उचक्या एकदमच दिल्या. सर्व जण बसमध्ये चढले. बसचा ड्रायव्हर पेंगत पडला होता. त्याला उठवून मंडळी आपापल्या स्थानावर विराजमान झाली.

आज बऱ्याच दिवसांनी सरपंचांना फॉरिन व्हिस्की फुकटात प्यायला मिळाली होती. त्यामुळे साहजिकच मंडळींना निरोप देताना त्यांचा गळा दाटून आला होता. त्यांनी भरल्या गळ्यानं सांगितलं, ''मंडळी, पुन्हा या बरं का!''

टायगर मोकाशींना बस सुटताना सरपंचांना बजावल्यावाचून राहवलं नाही- ''सरपंच, गावाची नीट काळजी घ्या. अडीअडचणीला आम्ही आहोतच मदतीला! आता जनतेची भिस्त तुमच्यावर—''

''पण फार काळजी घेऊ नका बरं का!'' डॉक्टर मांडके दुष्ट हास्य करत म्हणाले. ते ऐकून सरपंचांचा चेहरा गंभीर झाल्याचं पाहून त्यांना समाधान झालं. तेवढंच आणखी एक समाजकार्य!

बस फर्लांग-दोन फर्लांग गेली नसेल तोच अन्नछत्रे ओरडले— ''अरेच्या! तेहत्तीसच लोक? दोन लोक कुठं गेले?''

कचकन् ब्रेक लागला आणि बस थांबली.

''अहो, तुम्हाला स्वत:ला धरलंत ना तुम्ही?''

''अरे – कोण गैरहजर आहेत, त्यांनी हात वर करा-'' सवलतीच्या दरात

सायकली विकणाऱ्या मोकाशींना दारूच्या धुंदीतसुद्धा जुनापुराणा विनोद करण्याचा मोह आवरला नाही.

"मला वाटतं, कोलवाळकर आणि देसाई मागं राहिले. ड्रायव्हर, गाडी रिव्हर्समध्ये घे–"

चावडीपाशी कुणीच नव्हतं. सर्वत्र सामसूम होती. अंधार दाटला होता आणि गाव केव्हाच निद्राधीन झालं होतं.

"अरे-चावडीतच दोघे झोपून राहिले नाहीत ना?" कुणीतरी शंका काढली.

अन्नछत्रेंनी खाली उतरून कोलवाळकर आणि देसाई यांच्या नावांनी हाका मारल्या. परंतु दोन कुत्री भुंकण्यापलीकडे त्यांना काहीही प्रतिसाद मिळाला नाही.

तेवढ्यात काहीतरी सुचून दाबके ताड्दिशी उठून उभे राहिले– "अन्नछत्रे-या तुम्ही आत- ते येणार नाहीत."

"म्हणजे? गेले तरी कुठं! चावडीत राहिले तर पंचाईत आहे–"

"गावात आहेत – पण चावडीत नाहीत –"

"अहो दाबके - तळ्यात आहे पण मळ्यात नाही या कोड्याची भाषा काय बोलता! सगळ्यांना उशीर होतोय्–"

दाबके डोळे मिचकावत म्हणाले, "तो लेकाचा देसाई कोलवाळकरांना शिव्या मोजत होता – शेवटी स्वतःच त्यांना सामील झाला बरं का!"

"म्हणजे? चवळीच्या शेंगा की काय?" कुणीतरी ओरडलं.

दाबके हसून म्हणाले, "उंहूं! मंडळी, कोलवाळकरनीच नाही का सांगितलं! आपल्याला नवसमाज निर्माण करायचा आहे! सर्व्ह दि पीपल्! टायगर क्लबाचा मोटो आहे हा मंडळी–"

अन्नछत्रे मुकाट्यानं आत आले.

कोलवाळकर आणि देसाई यांचा मनोमन मत्सर करत मंडळी बसच्या सीटस्च्या पाठीवर टेकून आडवीतिडवी कलंडली.

रिकाम्या पोटावर एक हात ठेवून ड्रायव्हर भरधाव वेगानं बस हाकू लागला.

◈◈◈

. ६ .

कोयनेलची गोळी

कॉलेजशिक्षणासाठी पुण्यात बाहेरगावाहून आलेली अनेक मुलं वास्तव्य करून असतात. कॉलेजची वसतिगृहं, शहराच्या मध्यभागातील बोर्डिंग्ज आणि या दोन्हीपैकी काही जमलं नाही तर एखादं स्वस्त दराचं हॉटेल ही या बाहेरगावच्या विद्यार्थ्यांची राहण्याची ठिकाणं. मराठी घेऊन बी.ए. करत असूनही 'पानी' – 'लोनी' करणारे सातारा जिल्ह्यातील पावणे, ओठावरल्या मिश्यांचा पाचुंदा गोंजारत डेक्कन जिमखान्यावरल्या प्रमुख हॉटेलांच्या बाहेरच्या बाजूस घोळका करून उभा असला 'डबल हाडा'चा कोल्हापुरी नमुना, आपला प्रांत सोडून पृथ्वीतलावर कुठंही आढळणारे नि मेदूवड्यासारखे दिसणारे कुरळकेशी केरळाइटस्, या सर्व जातीजमातीत आपल्या वैशिष्ट्यानं गोमंतकीय मुलंही तळपत असतात. नाजूक दिसणारे, कोकणी हेल काढून मराठी बोलणारे आणि खाऱ्या पाण्यातले ताजे मासे पुण्यात खायला मिळत नाहीत म्हणून तळमळणारे हे गोयंकार स्वभावानं भाबडे असतात. व्यवहारी जगाचे छक्केपंजे त्यांना उमजत नाहीत. मनानं दिलदार, मनमोकळे आणि सरळमार्गी. पुणेकरांच्या अगदी उलट स्वभावाचे!

गोयंकारांसंबंधीच्या या वर्णनाला अपवाद असतीलही कदाचित. पण माझ्या खोलीत पार्टनर म्हणून राहणारा सुहास कीर्तने मात्र त्या अपवादांपैकी नव्हता हे मी पहिल्या दिवसापासून ओळखलं होतं. महिन्यातून दोनतीनदा त्याला घरून मनिऑर्डरी यायच्या. वर्षातून तीनचार वेळा त्याला भेटण्यासाठी त्याचे वडील मुद्दाम पुण्याला यायचे— तळलेल्या माशाचे तुकडे न चुकता

डब्यात घेऊन! आल्यानंतर बापलेकाचं इतकं हितगूज चालायचं— वडील परत निघताना अक्षरश: गहिवरायचे! खरं सांगतो, सुहासच्या भाग्याचा मला हेवा वाटायचा! आमचे तीर्थरूप स्वत: येण्याचं बाजूलाच राहिलं. वेळच्या वेळी 'एम्' व्हिटॅमिन पाठवतील तर शपथ!-- असो. मुद्दा तो नाही. सांगत होतो या गोयंकाराबद्दल. माझा रूमपार्टनर सुहास कीर्तने या गृहस्थाबद्दल.

इंटर आर्टसूपर्यंत सुहास ठीक होता. चारचौघांसारखा होता. नाकासमोर पाहून चालणारा. कॉलेजचे सारे पिरियड्स भक्तिभावानं अटेंड करणारा. परीक्षेस बसून दुसऱ्या वर्गात उत्तीर्ण होणारा. नाही म्हणायला लागोपाठ तीन दिवस शाकाहारी जेवायचं त्याच्या जिवावर यायचं. तेव्हाच काय तो मासळीसाठी पाण्याबाहेर पडलेल्या माशासारखा तडफडायचा. पण मग मेसमधल्या जेवणाला दांडी मारून गोमंतकीय हॉटेलात जाऊन तिथं 'हुमणा' ची एक वाटी चापली की तब्येत खूश!

इंटरचं वर्ष संपलं. सुहासनं बी.ए.साठी मॅथ्स् घेतलं. जून वीसला ज्युनिअर बी.ए.च्या वर्गात दाखल होण्यासाठी सुहास कीर्तने गोव्याहून आला आणि लवकरच हा मासेखाऊ पोरगा स्वत: जाळ्यात अडकला. तोपर्यंत स्त्रीवर्गाकडे डोळे वर करून पाहायची त्याला सवय नव्हती. कॉलेजातल्या यच्चयावत् स्त्रीसमूहाशी तो मनातल्या मनात भगिनीचं नातं जोडून होता. त्या वर्षीही चांगला ऑगस्ट-सप्टेंबर महिना उजाडेपर्यंत सुहासच्या बाबतीत 'मागील अंकावरून पुढे चालू' हा प्रकार सुरू होता. ज्युनिअरचं वर्ष असून तो चक्क पहिल्यापासून अभ्यास करत होता आणि वर्ष फुकट घालवत होता.

सप्टेंबरच्या स्पर्धा सुरू झाल्या. प्रत्यक्ष मैदानात न उतरणाऱ्या आणि लांबून सारा सोहळा पाहाणाऱ्या माझ्यासारख्या विद्यार्थ्यांच्या दृष्टीनं आंतरमहाविद्यालयीन मुलांना चिडवणं, 'बेस्ट लक' आणि 'कॉंग्रेट्स्' देण्याच्या निमित्तानं अनेक लुसलुशीत हात हातात घेणं आणि मग तासदोन तास अंगावरले रोमांच कुरवाळत बसणं, यात दिवस भराभर निघून जात होते. या हुंदडण्याच्या कामी सुहास मला साथ करणं शक्यच नव्हतं. त्यासाठी माझा वेगळा ग्रुप होता. सुहास मात्र सामन्यांमुळं मिळालेल्या सुट्टीचा उपयोग नोट्स् काढण्याच्या कामी करत होता. सगळं जग डाराडूर झोपी गेलं असता जागरण करणाऱ्या 'संयमी'च्या जातीतला तो. त्याच्या नादाला लागण्यात काही अर्थ नव्हता. पॅरिसच्या नाइट क्लबात त्याला जबरदस्तीनं नेलं असतं, तरी नृत्यांगनेच्या वाकलेल्या शरीराचा अँगल किती होतो यावर डोकं खाजवत बसला असता हा गोयंकार!

पण त्या दिवशी दुसरा उपायच नव्हता. माझे नेहमीचे साथीदार ठरलेल्या वेळी मला भेटले नाहीत, त्यामुळं मी अस्वस्थ झालो होतो. माझ्या दृष्टीनं बॅडमिंटनची

लेडीज सिंगल्स चुकवणं हा मोठा गुन्हा ठरला असता. आमच्या कॉलेजात इंटरच्या वर्गात शिकणारी नीलिमा कर्वे फायनलला आली होती आणि मी 'चिअर्स' द्यायला हजर नसलो तर ती मॅच हरेल अशी मला जबरदस्त भीती वाटत होती! एकटं जाण्यात मजा नव्हती. अशा वेळी सुहाससारखा 'कच्चा लिंबू' देखील चालला असता!

सुहास मॉडर्न अलजिब्राच्या पुस्तकात डोकं खुपसून बसला होता. त्याला मी गदागदा हलवलं आणि म्हटलं, ''पावणं, विच्छा माझी पुरी करा—''

''काय?... ए स्क्वेअर प्लस बी स्क्वेअर इंटु ब्रॅकेट—''

''ए ब्रॅकेटच्या लाडक्या! माझ्याबरोबर येणार आहेस का तू?''

''काय गडबड आहे? केयूर, शहाण्या, इंटरकॉलेजिएट अजून सुरू आहे आणि तू इथंच? जा बाबा जा! प्लेअर्स तुझ्याविना खोळंबले असतील!''

''बरोबर! बरोबर बोललास! पण आज त्या प्लेअर्सचा एक हट्ट पुरा करायचा आहे.''

''कसला हट्ट?''

''सर्वांनी संप पुकारलाय्. स्कॉलर सुहास कीर्तने असल्याशिवाय आम्ही खेळणार नाही. निदान नीलिमा कर्वे तरी तू आल्याशिवाय रॅकेट उचलायला तयार नाही.''

''चावटपणा नको! ही कोण बर्वे की कर्वे?''

''सुहास, नीलिमा कर्वे तुला माहीत नाही? मग आंब्यातली हापूसची जात तुला परिचयाची नसेल. मग तुला पुण्यातलं 'गोमंतक लॉज' माहीत नसेल. माशातला 'बांगडा' हा प्रकार पाहिलासुद्धा नसशील तू!''

''होय, हे सगळं मला माहीत नाही. मग झालं ना तुझं समाधान?'' अलजिब्राचं पुस्तक पुन्हा उघडत सुहास उद्‌गारला.

मी हट्टाला पेटलो होतो, ''सुहास, तुझे आना पडेगा! नीलिमा कर्वे ही आपल्या कॉलेजातली मुलगी फायनलला आली आहे. तिला चिअर्स द्यायला चल माझ्याबरोबर. प्लीज!''

''केयूर, खरंच सांगतो, मला बॅडमिंटन आणि टेनिस यातला फरक खरोखरी कळत नाही! अगदी शांतादुर्गेची शपथ!''

''मी सांगितल्यावर तुला पाच मिनिटात खेळ कळेल! अगदी नीलिमा कर्वेंची शपथ!''

अशा रीतीनं मोठ्या मिनतवारीनं सुहास पुस्तक टाकून माझ्यासह सामने पाहायला आला. खेळ सुरू होण्यापूर्वी मी जमेल तितक्या सोप्या भाषेत 'बॅडमिंटन

म्हणजे काय' पासून नंदू नाटेकरपर्यंत सर्व काही सुहासला सांगितलं. त्याचं डोकं जात्याच तल्लख असल्यानं खेळातले सर्व बारकावे ध्यानी यायला त्याला अडचण पडली नाही.

सामना सुरू झाला. नीलिमा कर्वेविरुद्ध दुसऱ्या कॉलेजातली एक मद्रासी अय्यर खेळत होती. नीलिमानं पहिल्या दोन गेम्स ओळीनं जिंकल्या आणि आमच्या कॉलेजातल्या मुलांनी आरडाओरडा करून हॉल दणाणून सोडला! मी रुमाल हलवून 'स्टेडी मिस् कर्वे' ओरडत होतो. सुहास मात्र गप्प बसून होता. नीलिमा कर्वेच्या चपळ हालचालींकडे एकटक पाहत होता. रबरासारखी उडी घेणारी तिची पावलं न्याहाळत होता.

पण नंतर तिसरी गेम नीलिमा हरली. तिचा 'स्टॅमिना' संपला. त्या मद्रदेशीय मुलीचं प्लेसिंग तिला जड जाऊ लागलं. ती भलतीच नर्व्हस् झाली आणि शेवटच्या दोन्ही गेम्सही गमावून बसली. नीलिमाचा पडलेला चेहरा पाहून मला खरोखरी वाईट वाटलं. 'नेव्हर माइंड! बेटर लक नेक्स्ट टाइम!'– असं म्हणून मी सुहासबरोबर

खोलीकडे परतलो. अर्थातच, सुहास तिचं सांत्वन करण्याच्या भरीस पडला नाही. त्याच्या ते स्वभावातच नव्हतं. मुलींशी तो कधी बोलला नव्हता— कसं बोलावं, हे त्याला माहीत नव्हतं.

दुसऱ्या दिवशी मी उठलो, तेव्हा नेहमी जमते तशी सुहास आणि गणित यांची गट्टी जमलेली दिसली नाही. केसांत बोटं खुपसून सुहासची स्वारी सुन्न मनानं बसली होती. त्याचे डोळे तारवटलेले होते, चेहरा उतरलेला होता, दृष्टी शून्यात लागलेली होती.

"अरे बाप रे! सुहास, असा 'टूटा हुआ दिल'सारखा काय बसलायस? नाही बाबा, तुझी चूक नाही. नाहीतरी मॉडर्न अल्‌जिब्रा अवघडच आहे."

"मॉडर्न अल्‌जिब्रापेक्षा बॅकहँड अवघड आहे... स्टॅमिना टिकवणं अवघड आहे." वरच्या काचेच्या कौलातून आरपार पाहत सुहास खिन्नपणे म्हणाला.

"बॅकहँड? हां-हां! — बॅडमिंटनमधला होय?"

"केयूर, रात्रभर मला झोप लागली नाही. सारखी नीलिमा कर्वे डोळ्यांपुढं यायची. तिचा पडलेला चेहरा, निस्तेज डोळे, मॅच हरल्यानंतर जडपणं पडणारी तिची नाजूक पावलं—"

"सुहास! अरे, शुद्धीवर आहेस ना तू? की गोव्यातून आणली आहेस एखादी बाटली? हल्ली कस्टमबिस्टम फारसं स्ट्रिक्ट नाही म्हणतात!"

"दारू? हूं:! आम्हा गोवेकरांना दारूची धुंदी चढत नसते! जन्मल्यापासून

थंडीवर औषध म्हणून ब्रँडीचे घोट घ्यायला शिकतो आम्ही! ते जाऊ दे. काल रात्रभर मी त्या मद्रासी अय्यरला इतक्या शिव्या दिल्या— इतक्या शिव्या दिल्या! अर्थात, त्याहून आपल्या हाती आहे काय?''

सुहास कीर्तने त्यानंतर तासभर बडबडत होता. त्याचा सारांश इतकाच, की स्वारी फसली होती— पार निसरली होती! हे फारच विपरीत घडलं होतं. सुहासच्या बाबतीत 'लव्ह ॲट फस्ट साइट?' काल संध्याकाळपर्यंत मी या मुद्द्यावर केवढीही मोठी पैज मारली असती. तोपर्यंत माझी कल्पना होती, की सुहास एक वेळ अभ्यास करण्याचं सोडील, पण असल्या भानगडीत?— शक्य नाही!

त्यानंतरचे सात-आठ दिवस काही न घडता गेले. सुहासच्या आघाडीवर सर्व काही सामसूम होतं. त्या आठवड्यात त्यानं पुस्तकावरची धूळ झाडली नाही, एवढीच महत्त्वाची गोष्ट. माझ्या मनात आलं, आणखी सात-आठ दिवसांत निवळेल स्वारी! पण तसं झालं नाही. एक दिवस सुहास मला म्हणाला, ''केयूर, तू माझा जिवश्चकंठश्च दोस्त आहेस ना? मग तू मला एका बाबतीत मदत केली पाहिजेस.''

''अभ्यासातली सोडून काहीही डिफिकल्टी विचार— बंदा सेवेला हाजिर है.''

''अभ्यास? झक् मारतो तो अभ्यास! मला प्रेमपत्र लिहून दे.''

''प्रेमपत्र?—कुणाला?''

''अर्थात एका मुलीला आणि ती मुलगी म्हणजे—''

''न्—न्—!!''

''येस्, नीलिमा कर्वे.''

मी हबकलोच. पण तसं न दाखवता म्हणालो, ''पण काय लिहू, ते तरी सांगशील?''

''घ्या! ते मला माहीत असतं, तर तुला कशाला विश्वासात घेतलं असतं? अरे, माझ्यासारखा तरुण एखाद्या तरुणीच्या प्रेमात पडला आणि त्याला ते प्रेम व्यक्त करायचं असलं—''

''अरे बाप रे! म्हणजे तू चक्क प्रेमपत्र लिहिणार?''

''मग मघाशी मी काय मोडीत सांगितलं? नीलिमा कर्वे मला ओळखते. परवा माझ्याकडे पाहून ती हसली. येता-जाता वुइश् करते. आणखी काय हवं? बघू तरी तिचा रिस्पॉन्स.''

मी सुहासला धोक्याचा इशारा दिला, ''सुहास, ही कर्वे कोब्रा आहे. नुसती नव्हे- एकारान्त कोब्रा- अधिक कडवी.''

''असेल. सो व्हॉट?''

''पाण्यातलाच काय, कोष्टकातला मासादेखील तिला चालत नाही.''

''असेल! मग?''

''तुला ती माशाचं हुमणं करून कसं वाढणार?''

''न का वाढीना!''

''पाहा बरं! सुक्या बांगड्याच्या किसमुरीला तुला कायमचं मुकावं लागेल.''

''तरी हरकत नाही.''

''रोज पिठलं-भात खावा लागेल.''

''पिठलं?'' इथं मात्र सुहास हतबल झाला. पिठल्याचं नाव ऐकून त्याचा निश्चय डळमळणार, असं मला वाटायला लागलं. पण तीही गोळी त्यानं पचवली. आवंढा गिळत तो म्हणाला, ''ऑल राइट! इव्हन, पिठलं विल् डू.''

मग मात्र सुहासच्या भावनेची तीव्रता संशयातीत आहे, हे मला मान्य करावं लागलं. पत्र लिहून देण्याचं मी मान्य केलं. तो लिहून घेऊ लागला. मी 'डिक्टेट' करू लागलो. अभ्यासात गती नसली तरी चंद्र, सूर्य, तारका यावर माझी ॲथॉरिटी होती. चक्रवाक मिथुन आणि चंद्रकांत मणी यासंबंधीची सुभाषितं अजून पाठ होती. शमा-परवान्याशी जानपछान होती. सुहास जेव्हा 'फारच काव्यात्मक होतंय्' म्हणाला, तेव्हाच मी थांबलो. नाहीतर आणखी छटाक-दोन छटाक चांदण्यांचा पत्रावर शिडकावा करायची माझी तयारी होती!

ते पत्र तिच्या हातात देण्याची कामगिरी सुहासनं माझ्यावरच सोपवली. तेवढं धैर्य आपल्याच्यानं होणार नाही, असं त्यानं निक्षून सांगितलं. मी 'त्यातलाच' असल्याचं जगजाहीर असल्यानं, ती नाजूक कामगिरी मला नाकारताही येईना.

मी ते पत्र घेऊन सरळ माझे गुरुमहाराज अप्पा बिवरे यांच्याकडे गेलो. अप्पा बिवरेंना सारा वृत्तान्त कथन केला आणि गुरोपदेश करण्याची प्रार्थना केली. बिवरे म्हणाला, ''म्हणजे, तू आता हे पत्र त्या कर्वेला नेऊन देणार की काय?''

''छे:! ती मूर्खातच काढील त्या सुहासला आणि त्याच्याबरोबर मलाही.''

''गुड्! माझा पठ्ठ्या शोभतोस! आता मी सांगतो तसं कर.''

''आज्ञा महाराज!''

''मी बायकी अक्षरात या पत्राचं उत्तर लिहितो. चांदण्या, तारे, फुलं मूठभर टाकून! 'मला तुमच्याविषयी फार-फार वाटतं. तुमच्यासारख्या स्कॉलरवर कोण हे करणार नाही?' वगैरे. चांगलीच अद्दल घडू दे. अजून पापलेटमधले काटे नीट काढता येत नसतील आणि म्हणे प्रेमपत्र लिहिणार!''

अप्पा बिवरेनं लिहिलेलं दिलफोडक आणि हृदयस्पर्शक पत्र मी सुहासच्या हातात दिलं आणि त्याच्याकडून पार्टी मागितली. ''हेच दिवस ते 'क्वालिटी'त

जाण्याचे'' असं मनाशी घोकत माझी एक अपुरी इच्छा पुरी करून घेतली. सुहासनं त्या पत्राचं उत्तर लिहिलं. त्या उत्तराचं उत्तर पुन्हा बिवरेनं लिहून दिलं. त्या उत्तराच्या उत्तराला सुहासनं पुन्हा उत्तर...

असं पंधरा एक दिवस चाललं. माझा 'क्वालिटी' मधला खुराक चालूच होता. एक दिवस मी चिकन चापत बसलो असताना सुहास म्हणाला— ''केयूर, माझ्या पत्रांमुळं तिची पोझिशन मोठी ऑक्वर्ड झालीय्.''

''ती कशी काय?'' मी चिकनवरली नजर न चाळवता विचारलं.

''आजकाल मला पाहिल्यावर लाजते. मान वेळावून दुसरीकडे जाते.''

''खरं? अरेरे!''

''तसं नाही! तिथून मात्र हळूच चोरून पाहत असते. मनात म्हणत असेल, या माणसाला मला भेटण्याइतके गट्स नाहीत की काय?''

''काही म्हण सुहास, तू थोडीशी आक्रमक भूमिका स्वीकारली पाहिजेस.'' मी चिकन्च्या तंगडीच्या रोखानं आक्रमक पवित्रा घेत म्हणालो.

''असं म्हणतोस?'' सुहास विचारमग्न झाला. तेवढ्यात मी चिकन संपवून बिर्याणीची ऑर्डर देऊन टाकली. तोच सुहास एकदम टेबलावर मूठ आपटून ओरडला, ''बस्स्! आता मी सरळ जाऊन तिला भेटणार!''

''तिला?— तू भेटणार?''

''शंकाच नको. दस्तुरखुद्द तिच्या भेटीस जाणार! केयूर, तिला पत्र लिहून तिची अपॉइंटमेंट घ्यायची.''

''पण सुहास, तुझ्यानं सारं निभावेल का? उगीच हात दाखवून—!''

''आता दुनियेतली कुठलीही शक्ती मला अडवू शकणार नाही. बघू तरी काय होतं ते.''

घरी जाऊन सुहासतर्फे मी पत्र ड्राफ्ट केलं. ते पत्र घेऊन चिंतातुर मुद्रेनं बिवरेला जाऊन भेटलो. प्रसंगाचं गांभीर्य त्याच्या नजरेस आणून दिलं. मग विचारलं,

''आता काय करायचं?''

''त्याची आणि तिची गाठ घालून द्यायची.''

''भलतंच! आणि ते प्रेमपत्रांचं बिंग फुटलं म्हणजे?''

''अरे जा! – असले खूप पाहिले आहेत! तिला पाहिलं की त् त् – प् प् करील. त्यानं पत्राविषयी काही विचारलं, तर ती 'कुठली पत्रं? कुणी लिहिली?' विचारील. कमी-जास्त बोलायला लागला तर ती रॅकेट डोक्यात घालील! रॅकेट नसली तर—''

''समजलं.''

''आता दोघांची भेट अशा ठिकाणी पडली पाहिजे, की कमी-जास्त झालं तर लोक तिच्या मदतीला आले पाहिजेत. म्हणजे गर्दीचं ठिकाण- चार लोक आजूबाजूला....''

''येत्या बुधवारी नंदू नाटेकर विरुद्ध इथल्या प्लेअर्सचे प्रदर्शनीय सामने आहेत. ती बॅडमिंटनपटू म्हणजे तिथं जाणारच सामने पाहायला. कदाचित सामन्यात भाग घ्यायला.''

''करेक्ट!'' अप्पा बिवरे आनंदानं ओरडला, ''तिथंच त्याला बोलाव. तिथं हा काही बोलायला लागला आणि ती खवळली, तर चांगलाच तमाशा!''

''पण एवढा क्रूरपणा—''

''इलाज नाही! ते बाळ वाहवत चाललंय्. त्याच्या चाळ्यांना वेळीच पायबंद घातला पाहिजे! पाहिली मुलगी, की बसलं प्रेम, की लिहिलं प्रेमपत्र- असल्या उल्लूपणाला शासन हवंच! त्याच्या भल्यासाठी आणि त्याच्या उदाहरणावरून इतरांनी बोध घ्यावा म्हणून हा थोडासा क्रूर मार्ग! केयूर, कोयनेलची गोळी असते कडू, पण गुण-''

''समजलं.''

अप्पा बिवरेनं लिहिलेलं पत्र मी दुसऱ्या दिवशी सुहासच्या स्वाधीन केलं. सुहासचा उजळलेला चेहरा पाहून मी मनातल्या मनात हसलो. मात्र 'क्वालिटी'त आता चांगलंचुंगलं खाण्याचे दिवस संपुष्टात येणार, या विचारानं मन खट्टू झाल्याशिवाय राहिलं नाही. प्रत्येक सुखाला अंत असतो, हेच खरं!

ठरल्याप्रमाणं बेत पक्का झाला. तिच्याशी काय बोलायचं, यावर सुहासनं माझ्याशी दीर्घ विचारविनिमय केला. काही वाक्यं पाठ केली. वेगवेगळ्या पोझेस् घेऊन आरशासमोर त्यानं रंगीत तालीमही केली. अशा रीतीनं जय्यत तयारी करून त्यानं त्या दिवशी चार वाजता प्रदर्शनीय सामन्याच्या रोखानं कूच केलं. खोलीत फर्स्टएडची बॉक्स तयार ठेवून मी धडधडत्या हृदयानं सुहासची वाट पाहत राहिलो.

रात्री आठ-साडेआठ वाजता सुहास परत आला. त्याच्या चेहऱ्यावरून तसं काही झालं असावं, असं वाटत नव्हतं. पण मग निश्चित झालं होतं तरी काय? मेसमध्ये जेवण करून परत आल्यावर मी सुहासला विचारलं, ''नीलिमा कर्वे भेटली?''

''उंहुं! पण तिचे वडील भेटले. मिस्टर हणमंतराव कर्वे—''

''वडील?'' अंधारात साप अंगावर पडल्याप्रमाणं मी किंचाळलो.

''हो—''

''म्हणजे, ते आले होते मॅच पाहायला? आणि त्यांना तू ओळखलंस तरी

कसं?''

''छे रे! त्यांना बॅडमिंटनमधलं काहीही कळत नाही. मुलीचं कौतुक मात्र चिकार. म्हणे आमची नीलू शटल्‌कॉक छान खेळते. चॅंपियन आहे कॉलेजची.''

''ते जाऊ दे रे!'' मी उतावीळपणानं म्हणालो, ''वडील भेटले कुठं, ते तरी सांग.''

''नीलिमा लेडीज स्टॅंडमध्ये नव्हती. मला बोलावून स्वत: ती हजर नाही म्हणून अर्थातच मी काळजीत पडलो. म्हटलं, आजारीबिजारी आहे की काय? तिचा पत्ता काढत तिच्या घरी गेलो. ती संध्याकाळच्या इंग्रजी 'शो'ला गेली होती, असं कळलं. तिचे वडील व्हरांड्यात बसले होते. हणमंतराव कर्वे. नावावर जाऊ नकोस. गृहस्थ तसा मोठा रसिक. आपल्या नीलूची आणि माझी ओळख कशी, असं त्यानं विचारलं.''

''मग? तू त्यांना काय सांगितलंस?''

''अर्थात, सगळं सांगितलं. लपवायचं कारणच काय मुळी? आज-उद्या कळणारच त्यांना आणि गोष्टी या थराला आल्यानंतर—''

''या थराला? कुठल्या थराला?''

''पत्रव्यवहार नियमितपणं सुरू झालाय्. प्रत्यक्षात भेट तेवढी झाली नाही—तीही झाली असती आज म्हणा. दरम्यान, ते भेटले. तेव्हा म्हटलं, आजच काय तो सोक्षमोक्ष होऊ दे! मग नको खानदानकी इज्जत. मी तुला मेलो, तू मला मेलीस, वगैरे कंटाळवाणी परवड! प्रत्येक हिंदी सिनेमात न चुकता असते ती! मी त्यांना सरळ सांगून टाकलं, मी अमुक-अमुक आहे. एकुलता एक मुलगा. एवढा शिकलोय्. प्रगती वाईट नाही. गोव्यात पोटापुरती इस्टेट. दिसायला कसा आहे तुम्ही पाहताच. ते मोठमोठ्यानं हसले आणि म्हणाले, 'वा! बरेच धीट आहात की तुम्ही!' मी म्हटलं, 'धीटबीट काही नाही! मी आहे सरळ मनाचा माणूस. छक्केपंजे जाणत नाही. सूचकता, आडवळणानं बोलणं आपल्याला येत नाही. एक घाव, दोन तुकडे'!''

''अच्छा! मग ते काय म्हणाले?''

''चहा दिला. निरोप देताना म्हणाले, 'रात्री नीलू सिनेमाहून आल्यावर सांगितलं पाहिजे तिला, तुम्ही येऊन गेलात म्हणून. आणि तिला या पत्रापत्रीच्या भानगडीबद्दलही खडसावून विचारलं पाहिजे. कॉलेजात अभ्यास करायला जाते की पत्रं लिहायला?' मी धूम पळालो. म्हटलं, आणखी रागावले, तर प्रकरण हातचं जाणार. माझे चांगलेच कान उपटणार ते.''

आता कोण कुणाचे कान उपटणार याची मला घोर चिंता लागून राहिली.

रात्री नीलिमानं सारा वृत्तान्त ऐकून घेऊन कानावर हात ठेवले तर? ही चक्क बनवाबनवी आहे, असं जाहीर केलं तर? प्रिन्सिपॉलच्या कानी गेलं तर? रस्टिकेट. पुन्हा गोवा. अरे बाप रे! एकूण सुहासनं घरी जाऊन त्या हणमंतरावांना सरळ-सरळ सगळं सांगून मूर्खपणा केला होता खरा!

मी काही बोललो नाही. प्रकरण संपायच्या बेताला आलंय्. काय होतंय् हे मुकाट्यानं पाहायचं. आपल्या अंगावर बेतलं तर त्या वेळी काय सुचेल ते करायचं, अशी मी मनाशी खूणगाठ बांधली.

एक-दोन दिवस असेच गेले. नंतर एक दिवस संध्याकाळी मी खोलीवर आलो तो सुहास हातात एक पत्र घेऊन बसलेला दिसला. मला पाहताच त्यानं ते पत्र माझ्या हातात दिलं. त्याच्या गोंधळलेल्या चेहऱ्याकडे पाहत मी पत्र वाचू लागलो. पत्र सुहासला उद्देशून होतं नि त्यात म्हटलं होतं,

''माझी-तुमची प्रत्यक्ष ओळख नसली तरी मी तुम्हाला लांबून ओळखते. आम्ही स्पोर्टस्‌मन. आम्हाला पुस्तकांपेक्षा रॅकेट हातात धरणं आवडतं. साहजिकच स्कॉलरलोकांविषयी आदरयुक्त दबदबा वाटत असतो आम्हाला. परवा तुम्ही आमच्या घरी आला होता तेव्हा मी नव्हते. त्यामुळं तुमचा प्रत्यक्ष परिचय करून घेण्याचा योग हुकला.

''बाकी काही म्हणा कीर्तने, फिश्‌मधल्या फॉस्फरसचा मेंदूला सतत पुरवठा होत असला, की मेंदू म्हणे तल्लख होतो. तुम्ही गोयंकार, त्यामुळं फार हुशार असता, बुद्धिमान असता. तुम्ही माझ्या वडलांना ज्या काही गोष्टी सांगितल्या— पत्रव्यवहाराचं कलम धरून– त्यावरून तुमच्या सुपीक मेंदूबद्दल माझी पुरतीच खात्री पटली. आमचे पप्पा तुमच्यावर खूश आहेत. तुमचा 'स्ट्रेट फॉरवर्ड ॲप्रोच' त्यांना भयंकर आवडला. पप्पांनी माझ्याविषयी तुम्हाला सगळं सांगितलं म्हणे. पण ते एक महत्त्वाची गोष्ट सांगायची विसरले. मला मासे फार फार आवडतात. माझ्या एका कारवारी मैत्रिणीनं मला माशाची गोडी लावली. मला आता मासे इतके आवडतात, की बसची वाट पाहत उभी असताना मी पर्समध्ये ठेवलेले तळलेले माशाचे तुकडे अधूनमधून तोंडात टाकत असते. दुसरं म्हणजे...'

पुढचे शब्द मला दिसत नव्हते. सुहास मला हलवून विचारत होता, ''मला एकच आश्चर्य वाटतं— तिचं अक्षर एकदम बिघडलं कसं? पूर्वीच्या पत्रातलं अक्षर फार सुरेख असायचं. तुला नाही वाटत असं?

पण त्याच्या प्रश्नाला उत्तर देण्यासाठी मी भानावर असेन तर ना!

◈◈◈

.७.

रंग - एक लावणे

रविवारी सकाळी नित्याप्रमाणं केयूर साठेनं हजेरी लावली.

"काय वैनी— खायला काय केलंयूत?" दारातून आत येत त्यानं स्वयंपाकघरात पाहत पुकारा केला.

"सकाळी काही केलं नाही— दुपारी जेवणाच्या वेळी इडली करणार आहे." आमची 'ही' म्हणाली. खरं म्हणजे, एवढं महत्त्वाचं सिक्रेट केयूर साठेला सांगण्याची गरज नव्हती. कारण लगेच साठे ओरडला—

"इडली? आणि जेवणात? मग सकाळी चहाबरोबर भातपिठलं खाता की काय तुम्ही?"

"एवढं मला रिडिक्यूल करण्याची गरज नाही भावजी! हवं तर आत्ता इडली करते तुमच्यासाठी—"

"दॅट्स लाइक अ गुड वैनी!" केयूर तृप्त होत्साता उद्गारला, "आणि वैनी, इडलीबरोबर नारळाची ओली चटणी चांगली लागते."

केयूर साठे आपल्या अपुऱ्या इच्छा पूर्ण करून घेत असताना मी शांतपणे पश्चिम आशियात पेटलेल्या युद्धाच्या हकिगती वाचत होतो. केयूर ब्रेकफास्टची वाट पाहत माझ्याजवळ बसला. मग भोवताली पाहत म्हणाला, "हँ! इट्स ऑफुल."

"काय ऑफुल? आं?" मी जरा दचकून विचारलं, "युद्ध ना? अरब इस्रायलच्या संघर्षात—"

"अरब-इस्रायल दोन्ही देशांना मारो गोली; आपल्या पायापाशी काय जळतंय् ते पाहा—"

"कुठं काय?"

"ही तुझी लिव्हिंग रूम— पिवडी फासलेली! तुमच्या चिरंजीवांनी आपली चित्रकला भिंतीवर दाखवलीय्! तुमच्या कन्यारत्नाला मैत्रिणीवरचा राग व्यक्त करण्यासाठी भिंत हे साधन मिळालेलं दिसतंय्!"

मी भिंतीकडे पाहिलं.

गोष्ट खरी होती. भिंतीवर चिरंजीवानी गणेश चतुर्थीच्या मुहूर्तावर काढलेलं श्री गजाननचं चित्र होतं. उंदराचा आकार गणपतीच्या सोंडेएवढाच असला आणि गणपतीच्या सोंडेनं तीन-चार आढेवेढे घेतलेले असले, तरी चार वर्षांच्या मानानं त्याची चित्रकलेतली गती वाखाणण्यासारखी होती, हे कुणीही मान्य केलं असतं. कन्यारत्न (वय वर्षे आठ) आईच्या वळणावर गेलेलं. म्हणजे कुणाशी फारसं पटायचं नाही! त्यामुळे 'नलू चारसोबीस आहे', 'सुजाता वेडी आहे', 'शेजारचे जोशी खोटारडे आहेत—' आदि मजकूर तिनं स्वहस्ते भिंतीवर चिताडून ठेवला होता. तिच्या आईचीही नलू— सुजाता व विशेषत: शेजारचे जोशी यांच्याबद्दल हीच मतं असल्यानं वेळोवेळी प्रोत्साहन देऊन तिनं मुलीला आपल्या डोक्यावर चढवलं होतं. तात्पर्य— अभयमध्ये मला उद्याचा पिकॅसो दिसत असल्यानं व चित्रामध्ये स्वत:चं प्रतिबिंब पाहत असल्यानं भिंतीवरची त्यांची कला आम्ही तशीच राहू दिली होती!

"तर वैनी—" इडलीचा लचका तोडत केयूर म्हणाला— "तुमच्या भिंती मुळीच शोभत नाहीत! घरात शिरल्यावर उगाच उदासवाणं वाटतं. माणसं देखणी, हसतमुख; भिंती मात्र रंग उडालेल्या, विटलेल्या रंगाच्या— हे ठीक नाही!"

"हे बघ केयूर, मूळ मुद्द्यावर ये! म्हणणं काय तुझं?"

"माझं म्हणणं ना— सरळ आहे! हा जुना रंग खरवडून काढ आणि साऱ्या घराला नवा रंग लावून घे!"

"हां, एकदा लावायचाय् नवा रंग—" मी जांभई देत म्हटलं.

"एकदा? हे तुझं पुणेकरांसारखं झालं— एकदा या आमच्या घरी! एकदम मोघम बोलणं! एकदा म्हणजे कधीच नाही."

"बरं बाबा, देऊ लवकरच रंग."

"हे बघा वैनी, हा असा तयार व्हायचा नाही! मी उद्या पाठवून देतो माझ्या मित्राला तुमच्याकडे. माझा मित्र सुधीर चितळे— मोठमोठ्या बंगल्यांना रंग लावायचं कॉंट्रॅक्ट घेतो तो!"

"एकदम उद्या?" मी दचकून उठून बसलो.

"पाठवा हो उद्याच!" ती म्हणाली, "आमच्या घरी वेळच्या वेळी गोष्टी

झाल्यायत् कधी? रेडिओ जुना झाला तेव्हा ह्यांनी ग्रामोफोन आणला घरी— कर्णा लावलेला— स्वस्तात मिळाला म्हणून! आणि आता टी.व्ही. जुना होत आला, तर परवा प्रथमच रेडिओ आणला त्यांनी घरात!''

''घरोघर हेच आहे वैनी— तुम्ही आता त्याचं काही ऐकू नका! उद्या मी पाठवतोच सुधीर चितळेला—''

दुसऱ्या दिवशी दस्तुरखुद्द सुधीर चितळे दत्त म्हणून उभे— भल्या पहाटे! मला वाटलं, दूधवाला भय्या इतक्या लवकर कसा काय आला? तर, हा सुधीर चितळे! रंग लावण्याचे कॉंट्रॅक्ट घेणारा!

तिन्ही खोल्यांतून त्यानं चक्कर मारली आणि चेहरा वाईट केला.

''का हो— काय झालं?''

''इतक्या खराब झालेल्या भिंती मी आज प्रथमच पाहतोय्!''

''खराब झालेल्या?''

''तुम्ही यापूर्वी कधी रंग दिला होता?''

''आम्ही? छे! ओनरशिप फ्लॅट घेतला तेव्हा सुरुवातीला जो काही रंग

होता, तोच.''

''तो मूळचा रंग आता दिसत नाही म्हणा! त्यावर इतर अनेक रंगांची पुटं चढली आहेत.'' तो छद्मी की काय म्हणतात, त्या आवाजात म्हणाला, ''फ्लॅट कधी घेतलात?''

''झाली सात वर्षं!''

''सात वर्षांत रंग दिला नाही? तुमचा सत्कारच केला पाहिजे जाहीरपणे!'' —पुन्हा छद्मी आवाज.

''सत्काराचं नंतर पाहू. तिन्ही रूम्सना रंग द्यायला किती खर्च येईल?''

''तुम्हाला पिवडी फासायचीय की डिस्टेंपर द्यायचा की ऑईलबाऊंड—

''स्वस्त कोणता पडेल?'' मी धोरणीपणानं विचारलं.

''तसा स्वस्त डिस्टेंपर पडेल. पण लाँड्रीचं बिल मात्र वाढेल.''

''ते कसं काय?'' मी भाबडेपणानं विचारलं.

''विशेष नाही— पण भिंतीला टेकलात की शर्टला रंग! विशेषत: घामेजलेल्या बनियन्सला लागलेला रंग लाँड्रीतसुद्धा निघत नाही; बनियन्स नवी विकत घ्यावी लागतात!''

''असं— असं! मग ऑईलबाऊंड करा—'' मी त्याच्या छद्मी आवाजाला आवर घातला.

''काम फार किचकट आहे! जुना रंग खरवडून काढला पाहिजे, मग व्हाइट वॉश— मग पलटी लावली पाहिजे! पलटीचे दोन-तीन हात दिल्याशिवाय रंग चढणार नाही भिंतीवर!—''

वास्तविक 'पलटी' हा शब्द आयुष्यात पहिल्यांदाच ऐकत होतो. पण आपलं अज्ञान प्रगट केलं तर पुढे तो त्याचा फायदा घेईल, अशा विचारानं मी गप्प बसलो.

''तर पलटी मारल्यावर रंगाचे दोन हात द्यावे लागतील! किचनमध्ये बफ कलर.''

''बफ म्हणजे?'' आता मात्र मला राहवलं नाही. झालं अज्ञान उघडं, तर होऊ दे! भलते रंग दिले तर मागाहून पश्चात्ताप नको!

''बफ म्हणजे हा—'' त्यानं खिशातून एक रंगाचं कार्ड काढून दाखवलं.

रंग : एक लावणे / ७३

"म्हणजे पिवळा—"

"पिवळा?" तो खो-खो हसला.

"पिवळ्या रंगाला बफ म्हणता — मग लाह्याला पॉप् कॉर्न म्हणत असाल!"

"हो! मी म्हणतोच तसं! पण ते जाऊ द्या— बेडरूमला हा देऊ— ग्रे."

"छे—ग्रे नको; गुलाबी देऊ!"

"बेडरूमला गुलाबी? तुम्हाला मुलं किती?"

"का बरं? दोन!"

"बेडरूमला गुलाबी रंग दिलात तर फॅमिली प्लॅनिंग फेल व्हायचं!" खो-खो हसत तो म्हणाला.

"तुमचा विनोद चांगला असला तरीसुद्धा बेडरूमला गुलाबी रंगच द्यायचा आहे मला!" मी गंभीर होत म्हणालो.

"थोडासा महाग पडेल! लिव्हिंग रूमला कोणती शेड— पिंक की लव्हेंडर?"

"जी चांगली दिसेल, ती!"

मग शेवटी मी मुद्द्याला हात घातला.

"चितळे, एकूण खर्च किती येईल?"

"दीड हजार रुपये!"

"दीड हजार? अहो, लहानपणी आम्ही वीस-पंचवीस रुपयांत सारा वाडा रंगवायचो की हो! मी, वडील, काका—"

"ठीक आहे! रंगवा वाडा—"

तो निघालाच.

"किती दिवस लागतील रंग काढायला?"

"आठ-दहा दिवस लागतील—"

"दीड हजारात काही कमी नाही?"

"पंचवीस रुपये कमी! तुम्हाला वाडा रंगविण्यापुरते पैसे—"

"तेवढे उपकार कशाला? तुम्ही केयूर साठेचे मित्र ना? चला— दीड हजार फिक्स करू! काम छान झालं पाहिजे!"

"काम? अहो— फ्लॅट असा मस्त रंगवून देतो की तुम्हाला फ्लॅटमध्ये राहायला लाज वाटेल!"

"नको— एवढा मस्त नको; आम्हाला इथंच राहायचं आहे कायमचं! मग ती लाज, शरम कशाला? ए— ह्यांना चहा आण—"

चितळे माझ्याकडून ॲडव्हान्स म्हणून आठशे रुपयांचा चेक घेऊन गेला.

दुसर्‍या दिवशी चितळेनं दोन रंगारी पाठवले.

"ये क्या? खोली खाली नही किया?" फ्लॅटमध्ये चौफेर दृष्टी फिरवत एका रंगाऱ्यानं आश्चर्यानं विचारलं.

"ये क्या खोली है? ये फ्लॅट है!" मी चिडून म्हटलं.

"हमको क्या— झोपडा और बंगला— दोनो एकच! — लेकिन खाली क्यूं नहीं किया आपने ये खोली?"

"खाली? म्हणजे काय? सामान ठेवायचं कुठं एवढं?"

"कहाँ भी! गोडाऊनमें रखना!"

"आणि आम्ही राहायचं कुठं?"

"दस दिन होटेलमे रहना— तब हमको आरामसे काम करना आयेगा."

हिच्या कानावर त्याची गोड कल्पना जाण्यापूर्वी मी त्याला बजावलं— "हे पाहा, आमच्याकडे गोडाऊन नाही आणि हॉटेलमध्ये जाणं आम्हाला परवडणार नाही— आम्ही सामानासकट इथंच राहणार—!"

"पंचाईत है!"

"पंचाईत का म्हणून?"

"काम संपायला पंधरा दिवस लागणार."

"चालेल—!"

"पैसा जादा पडेगा!"

"जादा? ते नंतर बघू!"

"नंतरबिंतर नही— नंतर झगडा करेगा—"

"तू जादा बोलू नको! माहीत है हमको सब! काम सुरू कर—"

"आधी कोणती खोली घेऊ?"

"आधी? मला वाटतं, किचन घेऊ!" मी म्हटलं.

"किचन नको— आधी लिव्हिंग रूम घ्या—" ही तेवढ्यात आली होती.

"मला वाटतं, आधी आतली खोली घ्यावी." बेडरूममधली कॉट, गोदरेज कपाट, ड्रेसिंग टेबल, सर्व हलवून लिव्हिंग रूममध्ये ठेवण्याची तयारी सुरू झाली. रंगारी स्वस्थ सिगारेट ओढत बसले होते.

"हे सामान कोण हलवणार?" मी भीत-भीत त्यांना विचारलं.

"कोण म्हणजे? आम्ही सोडून कुणीही हलवावं!"

"पण सामानाची हलवाहलव करायला आता हमाल कुठं पाहायचा?"

"वा साहेब, उद्या तुम्ही टॅक्सीवाल्याला ट्रंक तिसऱ्या माळ्यावर आणायला सांगाल." मुद्दा बिनतोड होता. मी चडफडत हिच्या मदतीनं बेडरूम मोकळी करू लागलो.

त्यानंतरचे पंधरा दिवस आमचे अत्यंत घाईगर्दीत, धडपडत, अडखळत गेले. घर असून घराला आम्ही पारखे झालो होतो. घराची मयसभा होऊन गेली होती. जिथं जी वस्तू आहे असं वाटायचं तिथं, ती नेमकी आढळायची नाही. अगदी ज्या ठिकाणी विशिष्ट वस्तू असण्याची सुतराम शक्यता नव्हती तिथं अचूक ती वस्तू! माझे शूज किचन फ्लॅटफॉर्मच्या खाली आणि अंतर्वस्त्रे लिव्हिंग रूममधल्या सोफासेटवर विराजमान झालेली! उलथनं बेडरूमच्या कोपऱ्यात आणि अभयचं बालभारती बाथरूममध्ये साबण-चुरा डब्याशेजारी गुण्यागोविंदानं नांदत असलेलं! एकदा तर किचनमध्ये कॉटवर मी घोरत पडलो असता, मध्यरात्री कांदा-बटाट्याची पिशवी माझ्या डोक्यावर उपडी झाली.

स्वयंपाक चार-पाच दिवस लिव्हिंग रूममध्ये करावा लागला. या काळात स्वयंपाक लिव्हिंग रूममध्ये करण्याचे काही फायदे माझ्या ध्यानात आले. एक म्हणजे, मी माझ्या टेबलावर लिहीत बसलो असता बसल्या-बसल्या हात पुढे करून चहाचा कप तिच्या हातून घेणं सोपं झालं. एरवी हिला 'अहो, चहा प्यायला या' अशा चारदा हाका मारायला लागायच्या आणि हातातलं काम टाकून चडफडत आत जाईपर्यंत चहा निवलेला असायचा! कधी— 'अगं, चहा टाक गं—' म्हणून मी बाहेरून ओरडून सांगायचा— पाचएक मिनिटांनी चहा प्यायला आत जावं, तर गॅसवर डाळ शिजत असलेली!

"इश्श! तुम्ही कधी सांगितलंत मला चहा टाकायला?" —हे उत्तर!

आता ती अडचण राहिली नाही. बसल्या-बसल्या मला हिनं खरोखरी चहा टाकलाय की नाही, हे पाहता येऊ लागलं. हे फायदे पाहून रंगकाम संपल्यावर किचन लिव्हिंग रूममध्ये कायमचं हलवावं, अशी मी सूचना केली. पण 'काही नको! गेल्या चार-पाच दिवसांत तुम्ही दिवसाला आठ-आठ कप चहा ढोसत होतात—!' या सबबीखाली हिनं माझी सूचना फेटाळून लावली.

आमच्या चित्रानं ज्यांना भिंतीवर अमर केलं होतं, ते शेजारचे जोशी दात कोरत उगवले–

"काय हो ऽ मुंजबिंज काढलीय का मुलाची?"

"नाही बुवा!"

"मग घराला रंगकाम चाललंय्?"

"का? घरात लग्नमुंज नसली तर रंग देऊ नये, असं काही शास्त्र नाही ना?"

"हं! तुमचं काय?" जबडा वासून दाढेत काडी खुपसत जोशी उद्गारले, "तुम्ही इन्कमटॅक्स डिपार्टमेंटमधली माणसं! गाठला असेल एखादा मलबार हिलवरला

शेटजी!''

''हां जोशी, बोलू देणार नाही! घामाचा पैसा आहे हा!''

''सोडा हो घामाच्या गोष्टी! हल्ली एअरकण्डिशण्ड ऑफिसात घाम येतो कुठं?'' आणि हॅ-हॅ करीत राजापूरवाले जोशी निघून गेले!

एकदा शेजारच्या उकिडव्यांची निमा आली. आर्ट्स स्कूलमध्ये ती पहिल्या वर्षाला होती व साहजिकच आपल्याला कलर, इंटिरियर डेकोरेशन याबद्दल सगळं कळतं, असा तिचा गैरसमज होता.

''अय्या! काका, लिव्हिंग रूमला हा ग्रे कलर का दिलात? अगदी डल् दिसतो!''

''असं?''

''आणि किचनला पिवळा रंग?''

''पिवळा नाही तो, बफ् कलर आहे!'' मी ज्ञान पाजळलं.

''एकूण एकच हो! पण काका, किचनला मळखाऊ रंग द्यायचा!''

''तो कशाला? किचन म्हणजे काय अभयची पँट आहे?''

''अय्या! तुम्ही म्हणजे अगदी जोकर आहात— छान जोक केलात! बेडरूमला एवढी डार्क शेड? बेडरूम कितीतरी लहान वाटते तुमची! शी!''

''वाटू दे. आम्हाला बेडरूम लहान असलेली आवडते.'' ही चिडून म्हणाली.

तिला मग आम्ही बाथरूमकडे जाऊ दिलं नाही— हो,! काहीतरी भलतंसलतं बडबडायची!

एकदा ऑफिसहून घरी परतलो, तर अभय ऑइलपेंटमध्ये नखशिखांत भिजलेला. ही घामाघूम व रंगारी फिदीफिदी हसत असलेले.

''अहो, बघा ना— हा रंग निघता निघत नाही.'' ही रडकुंडीला येऊन म्हणाली.

''पण असा बुचकळला कसा हा रंगात? तोंड-हातपाय माखले कसे याचे?''— मी.

''ते नंतर पाहू; आधी हा रंग काढू या.''— ही.

''ए हसताय काय— रंग निघायचा कसा?''

''साब रहने दो- अच्छा दिखता है बच्चेको!''

''अच्छा दिखता है? व्हॉट डू यू मीन?''

''आपके जैसा वो काला है नं? क्रीम कलर चेहरेको लगा है तो गोरा दिखता है।''

''चावटपणा बंद करा! फक्त इसका रंग निकालो.''

"टर्पेन्टाईनकी एक बोतल लगेगी।''

"एक डिब्बा ले आव और तुम दोनोबी टर्पेंटाईनसे इस्नान करो।''

पंधरा दिवस कसेबसे संपले. एक दिवस दीड हजारांचं बिल घेऊन सुधीर चितळे केयूर साठेसह घरी प्रगटला.

"वैनी, सेलेब्रेट करा. रंग छान दिसतो. आता चित्राच्या लग्नापर्यंत बघायला नको!''

"हो बाई, तुम्ही मनावर घेतलंत म्हणून एवढं झालं!'' ही रंगाकडे पाहत कौतुकानं म्हणाली.

"एवढा खर्च केलात, तेव्हा तुम्ही प्लॅस्टिक इमल्शन् द्यायला हवा होता!'' सुधीर चितळे बटाटावडा तोंडात 'कोंबत' म्हणाला.

"प्लॅस्टिक इमल्शन?''

"हो, तो दिसतोही छान आणि टिकतोही दहा वर्षं!''

"पण मला काय माहीत हा प्लॅस्टिक इमल्शन की काय तो! तुम्ही त्या वेळी काही बोलला नाहीत?'' मी रागावून विचारलं.

"अहो— तुम्ही ऑईलबाऊंडला दीड हजार म्हटलं तर डोळे पांढरे केलेत.''

"मग आता?'' मी मनात चिडून, पण वरकरणी चिंता दाखवत प्रश्न केला.

"आता काही नाही! दोन-तीन वर्षांत हा रंग खराब दिसायला लागेल; मग काढू चांगल्यापैकी रंग! अहो, प्लॅस्टिक इमल्शन म्हणजे खरा रंग! भिंती कितीही घाण कराव्यात— सन्मायका पुसावा तशा पुसून काढाव्यात!''

"तू असं कर—'' केयूर साठे माझ्या पाकिटातली सिगारेट शिलगावत म्हणाला, "पुढच्या वर्षी सुधीर चितळेला पुन्हा बोलव— काय रे— चितळे— हा आपला दोस्त हं! स्वस्तात मस्त काम झालं पाहिजे!''

दोन दिवसांनी ऑफिसमधून हाश्हुश् करत घरी येतो तो लिव्हिंगरूममधल्या भिंतीवर संध्याकाळचा देखावा! पक्षी उडत आहेत. सूर्यनारायण डोळे उघडून पाहत आहेत. झुळुझुळु पाणी वाहत आहे आणि पाण्यात पाय सोडून श्री गजानन उंदरासह अधांतरी विराजमान झाले आहेत!

मी भीत-भीत दुसऱ्या भिंतीवर पाहिलं.

'शेजारचे जोशी थापाडे आहेत.'

'सुजाता भंकस आहे.'

मी पेन्सिल घेतली आणि त्याखाली लिहिलं—

'चित्रा—अभयचे बाबा महामूर्ख आहेत...!'

◆ ◆ ◆

.८.
सायराबानू आणि सहकारी चळवळ

कॉलेजची पहिली टर्म संपली आणि दिवाळीची सुट्टी संपून दुसरी टर्म सुरू झाली. पहिल्या टर्मवर पावसामुळं पाणी पडलं होतं. विद्यार्थ्यांनी जे काही नाचायचं असतं, कॉलेज-लाइफ एंजॉय् करायचं असतं, ते दुसऱ्या टर्ममध्ये. अख्खी पहिली टर्म स्टाफरूममध्ये कॅरम बडवत आणि बुद्धिबळाचे डाव टाकत बसलेल्या आम्हा प्राध्यापकमंडळींना दुसरी टर्म सुरू झाल्यानंतर हायसं वाटलं.

पावसाळ्याप्रमाणं प्रतिवर्षी नेमेचि उगवणाऱ्या विविध 'मंडळां'नी पहिल्या टर्ममध्ये उद्‌घाटन समारंभ उरकून घेतले होते. तेवढा एकुलता एक कार्यक्रम प्रत्येक मंडळाच्या खाती जमा झाला होता. दुसऱ्या टर्ममध्ये मंडळांची गॅदरिंग्ज झाली आणि त्या निमित्तानं आखलेल्या पिक्‌निक्‌च्या कार्यक्रमात पोरापोरींना एकमेकांबरोबर मनसोक्त हुंदडायला मिळालं की वर्षं पदरात पडलं... मंडळं स्थापन केल्याचं सार्थक झालं! आणि या स्नेह-संमेलनानिमित्त महत्त्वाचा फोटोचा कार्यक्रम झाला की 'खुर्चीच्या पहिल्या रांगेत डावीकडून चौथे' बसणाऱ्या चिटणीसांचे हात स्वर्गाला टेकले!

मी आमच्या अर्थशास्त्र मंडळातर्फे काहीतरी विशाल कार्यक्रम योजावा, असं ठरवलं आणि त्यासाठी प्राचार्यांची भेट घेतली. त्यांनी माझ्याशी वेगवेगळ्या योजनांवर चर्चा केली. शेवटी ते म्हणाले, ''या नेहमीच्या कार्यक्रमाशिवाय तुम्ही विद्यार्थ्यांची एक 'स्टडी टूर' का काढत नाही? तुमच्या इकॉनॉमिक्सच्या मुलांना

घेऊन तुम्ही कोल्हापूरला जा. सहकारी चळवळीत कोल्हापूर जिल्हा आघाडीवर आहे. आमच्या विद्यार्थ्यांना सहकारी चळवळीचं क्षेत्र नवीन. तुम्ही त्यांना तिथल्या सहकारी संस्था दाखवा. त्या संस्थांची जवळून ओळख करून द्या. हवं तर मी संबंधित व्यक्तींना कॉलेजतर्फे पत्रं लिहितो.''

मला प्राचार्यांची ती सूचना फार आवडली. 'विनासहकार नाही उद्धार' हा मंत्र मी मुलांच्या माथी मारत होतो. त्यासंबंधीच्या पुस्तकी ज्ञानाबरोबरच मुलांनी काही यशस्वी सहकारी संस्था पाहिल्या, तर ते चांगलंच होतं.

अशा रीतीनं आमच्या मंडळातर्फे 'स्टडी टूर' ठरली. अंदाजे पन्नासएक रुपये खर्चाचा आकडा ठरवून तशी नोटीस लावली आणि मुलांना 'स्टडी टूर'चं महत्त्व पटवून देण्यासाठी एक लेक्चर खर्ची घातलं.

त्यानंतर जायचा दिवस उजाडेपर्यंत मुलांनी मला परोपरीनं छळलं. आपण बहुधा हिमालयावर किंवा नेफा बॉर्डरवर चाललोय्, अशी काही जणांनी कल्पना करून घेतली आणि उरलेल्या मंडळींनी ट्रिपला येणं म्हणजे प्राध्यापकांच्या (असेल-नसेल त्या) डोक्यावर उपकार करणं, असा समज करून घेतला.

"सर, मला यायचं होतं; पण वडील परमिशन देत नाहीत.'' सिनिअर बी. ए. मधील एक विद्यार्थिनी मान वळवून म्हणाली. प्रसंगाचं गांभीर्य पाहता तिनं मान वळवण्याची खरोखरच काही गरज नव्हती.

"मग मी काय करू म्हणता? प्रत्येक स्टुडंटच्या वडलांना भेटत बसलो, तर पुढलं वर्ष उजाडेल निघायला!'' मी म्हणालो.

"सर, आई म्हणते, पन्नास रुपये काय करायचे आहेत? ती अंबाबाईच्या दर्शनाला गेली होती, तेव्हा साडेबारा रुपये खर्च झाले होते म्हणे!''

"अच्छा! तुमची आई अंबाबाईला केव्हा गेली होती?''

"अठरा वर्षांपूर्वी. ती कोल्हापूरहून आली आणि पुढल्या वर्षी मी जन्मले.''

"तुमच्या वयाशी मला काही कर्तव्य नाही! एनीवे, आता असं करा, पुन्हा तुमची आई जेव्हा अंबाबाईला जाईल, तेव्हाच तुम्ही जा ना! आत्ता विनाकारण जादा खर्च कशाला करता?''

"सर, कुणाकुणाची नावं आली आहेत?''— आपणच कॉलेजचे हीरो आहोत, अशा समजुतीत अनेक जण असतात, त्यांपैकी एकाची पृच्छा.

"आलीयूत पंधरा-वीस! का बरं?''

"न्—नाही. म्हणजे— लेडीजकडून किती नावं आली आहेत?''

"मी अजून सेक्सवाइज फिगर्स काढलेल्या नाहीत. तशा काढल्या की सायक्लोस्टाइल करून घेतो आणि त्या सर्वांना वाटतो. चालेल ना?''

"सर, जाताना काय काय बरोबर घ्यायचं?"

"तुम्ही काय काय घेणार आहात?"

"सूटकेस, होल्डॉल, रग, दोन सूट—"

"रिझर्व्ह बँकेकडे अर्ज केलायत् तुम्ही फॉरिन-एक्स्चेंजसाठी?"

"म्हंजे काय सर?"

"नाही, त्याशिवाय विलायतेला जायला मिळत नाही, म्हणून विचारलं."

—असे आमचे सुखसंवाद आणि प्राप्तसंवाद चालले होते. या काळात लेक्चरिंग गौण झालं होतं आणि कोल्हापूरच्या 'स्टडी टूर'ची पूर्वतयारी हा प्रमुख व्यवसाय होऊन बसला होता.

अखेर ज्यांना वडलांनी कसल्याही प्रकारची आडकाठी केली नाही आणि ज्यांच्या आयांना अंबाबाईच्या दर्शनासाठी बारा रुपयांहून अधिक खर्च आला होता, अशा पंचवीस जणांनी नावं दिली. कोल्हापूरला जायचं प्रस्थान ठेवलं, तेव्हा बसस्टँडवर हजर झाली बारा मुलं!— सहा विद्यार्थी आणि सहा विद्यार्थिनी. मनात म्हटलं, 'सहकारी चळवळीबद्दल डझनभर तरुणांना तरी आस्था वाटते, हेही नसे थोडके! हा 'टेंपो' कायम राहिला तर भारतात सहकारी चळवळ यशस्वी झाल्याशिवाय राहणार नाही खास! सहकाराचं लोण गावोगाव पोचेल आणि नवसमाजनिर्मितीला... वगैरे वगैरे.' पुढचे विचार बसच्या फर्रर्र आवाजात लोपून गेले.

बस कोल्हापूरच्या मार्गानं धावू लागली आणि आमच्या विद्यार्थ्यांच्या गप्पा रंगात आल्या. वाटेत विद्यार्थ्यांनी बरीच मासिकं-वर्तमानपत्रं खरेदी केली, तेव्हा विद्यार्थ्यांना चालू घडामोडींत रस वाटत असल्याबद्दल आणि एखाद्या ज्वलंत समस्येवरील वेगवेगळ्या वृत्तपत्रांची मतं जाणून घेण्यासाठी ते उत्सुक असल्याबद्दल मला मनोमन फार आनंद झाला. आमच्या लहानपणी वर्तमानपत्र विकत घेऊन वाचणं आमच्या जिवावर यायचं. 'केसरी' द्विसाप्ताहिक होता तोपर्यंत आमच्या घरी यायचा. पुढं ते पत्र दैनिक झालं, तेव्हा परवडत नाही म्हणून आम्ही ते बंद केलं. त्या तुलनेनं आजच्या विद्यार्थिवर्गात वृत्तपत्र विकत घेऊन वाचण्याची प्रवृत्ती बळावते आहे, हे पाहून मला खरोखर विस्मयमिश्रित गुदगुल्या झाल्यावाचून राहिल्या नाहीत.

अर्ध्या तासानं मी विद्यार्थ्यांच्या घोळक्याकडे पाहून म्हटलं, "तुमचं झालं असेल तर एखादं वर्तमानपत्र टाका इकडे. आज गरमागरम बातम्या काय आहेत, ते तरी पाहू!"

त्याबरोबर सारी मुलं-मुली गोंधळल्यासारखी झाली. एकमेकांकडे पाहून चुळबुळ करू लागली. मग एक विद्यार्थी हळूच म्हणाला, "सर, पुढल्या स्टॉपला न्यूजपेपर घेऊ."

"म्हणजे? एवढी वृत्तपत्रं तुम्ही घेतलेली दिसतायत ती—"

"ई ऽऽ ! ती वृत्तपत्रं नाहीत काही!" अंगावर मेलेलं झुरळ पडल्यासारखा अभिनय करीत एक विद्यार्थिनी म्हणाली, " 'फिल्मफेअर', 'फेमिना', 'स्क्रीन', 'सिने ॲडव्हान्स', 'रसरंग' झालंच तर—"

"असू द्या! तुम्ही मंडळीच वाचा ती मासिकं! आम्हाला त्यात इंटरेस्ट नाही." असं म्हणून मी शेजाऱ्याकडून वृत्तपत्र घेऊन कृष्णम्माचारींनी घेतलेला आर्थिक घडामोडींचा आढावा डोळ्यांखालून घालू लागलो.

वर्तमानपत्र वाचून झाल्यावर मी मागं वळून पाहिलं. मुलं-मुली आपापसात गंभीर चर्चा करत होती. आपली अडचण नको म्हणून मी तिकडे दुर्लक्ष केलं आणि मागं रेलून डोळे मिटले.

"सायराबानूत मला काही अर्थ दिसत नाही! साधना इज् थाउजंड टाइम्स बेटर!"

"डोण्ट फर्गेट वहिदा रेहमान! तिच्या चेहऱ्यावरूनच ती मोठी इंटेलिजंट दिसते."

"अय्या! आणि वैजयंतीमाला? तिला विसरलात तर मला राग येईल हं! 'मैं क्या करू राम मुझे बुढ्ढा मिल गया!' गाणं म्हणताना मार्व्हलस ॲक्टिंग केलंय् तिनं!"

"पण ते गाणं बंडल आहे! त्यापेक्षा ओ. पी. नय्यरची गाणी बेफाम असतात. 'कमर पतली हाय! नजर बिजली हाय! सुभानअल्ला हाय!' "

"आपण सिनेमातल्या गाण्यांच्या भेंड्या लावू या का? वेळ छान जाईल! एका बाजूला बॉईज्, दुसऱ्या बाजूला गर्ल्स! मी सुरू करते. सैयाँ बेमुरवत बेवफा दगाबाज है..."

थोडक्यात, कोल्हापूरला पोचेपर्यंत हिंदी सिनेमासृष्टीत मी फेरफटका मारून आलो. नटनट्यांची वयं, नाती, सिनेमांची नावं, संगीतदिग्दर्शकांचं यश (आणि अपयशही!) याबाबतचं मुलांचं अगाध ज्ञान पाहून मी चकित झालो. मी तर नाव विसरल्यामुळं अनेक वेळा एकच सिनेमा दोनतीनदा पाहिला आहे. आणि गंमत ही की, पाहत असलेला सिनेमा कधीतरी पाहिला आहे, हे अगदी शेवटी माझ्या ध्यानात यायचं! बी.ए.ला इकॉनॉमिक्स घेतलेल्या आमच्या मुलांच्या बाबतीत असं होणं शक्य नाही, याची मला बालंबाल खात्री पटली.

कोल्हापूरला रात्री पोचलो. तिथं हॉटेलात उतरलो. सकाळी उठून हॉटेलबाहेर पडायचं आणि सहकारी संस्थांना भेटी द्यायच्या— असा बेत होता. सगळा कार्यक्रम आखलेला होता आणि त्याप्रमाणं मुलांना नेण्याची जबाबदारी माझ्यावर होती.

बहुतेक मुलं उत्तानपाद राजाच्या वंशातील होती. (संदर्भ : सूर्यवंशी उत्तानपाद राया) चहा-ब्रेकफास्ट होऊन खास ट्रिपसाठी आणलेले कपडे अंगावर चढवीपर्यंत नऊ वाजले. विद्यार्थी तयार झाले. पण दुसऱ्या खोल्यांत उतरलेल्या विद्यार्थिनींचा जामानिमा अजून चाललाच होता. अधिक चौकशी करता कळलं की, एरवी स्कर्ट घालणाऱ्या मुली पातळ नेसत होत्या आणि एरवी पातळ नेसणाऱ्या मुली पंजाबी ड्रेस पेहरीत होत्या. या अदलाबदलीत तासभर तरी मोडतो, असं एका मुलीनं बाहेर येऊन मला नम्रपणं बजावलं. सरळ केस कुरळे करण्यात आणि साडीला मॅचिंग होईल असा रुमाल शोधण्यात मुलींना जनरली अर्धा-पाऊण तास लागतो, अशी बहुमोल माहिती तत्संबंधी विशेष संशोधन केलेल्या कॉलेज-हीरोनं मला दिली.

एवढं झाल्यावर मी हॉटेलच्या ऑफिसमध्ये गेलो. 'को-ऑपरेटिव्ह लिफ्ट इरिगेशन सोसायटी'कडे फोन करून आम्ही येणार नसल्याचं कळवलं. मग वर्तमानपत्रांचा ढीग जवळ ओढून पाच-दहा वृत्तपत्रांतील 'सर्व भारतात सर्वाधिक खपाचे'पासून 'छापखान्यात छापून तेथेच प्रसिद्ध केले'पर्यंतचा मजकूर वाचून काढला आणि जांभया येत होत्या म्हणून चुटक्या वाजवत बसलो.

दरम्यान अकरा वाजले आणि मुलं-मुली एकदाची तयार होऊन खाली आली. पुढचा कार्यक्रम होता— 'ट्रान्स्पोर्ट को-ऑपरेटिव्ह'ला भेट देण्याचा. मी तसं जाहीर करताच एका मुलीनं कुरळ्या केसांची झुलपं आमच्या झिपऱ्या कुत्रीप्रमाणं डोळ्यांवर आणत जाहीर केलं— "मला साडेअकराला लंच घेण्याची हॅबिट आहे बाई! लंच लेट घेतलं, तर माझं स्टमक अप्सेट होतं!"

"पण प्रथम आपण सोसायटीला भेट देऊन येऊ."

"पण तिकडून येईपर्यंत एक-दीड वाजणार! आईनं सांगून ठेवलंय्, ट्रिपला जात्येय्स; सगळं व्यवस्थित कर. वेळच्या वेळी जेव. म्हणून सर—!"

"हो बाई! प्रवासात तुला काही झालंबिलं तर सगळंच अप्सेट व्हायचं!" तिच्या सखीनं तिला दुजोरा दिला.

"अच्छा! तुमची मर्जी!" मी कार्यक्रमपत्रिकेवरील दुसऱ्या 'आयटेम'वर पेन्सिलीनं काट मारत म्हणालो आणि मुकाट्यानं चांगल्याशा हॉटेलचा शोध करू लागलो.

हॉटेलचा शोध चालू असताना दोन-चार मुली कोरसमध्ये किंचाळल्या— "अय्या! सर, एप्रिल फूल!"

"काय म्हणालात? कोण एप्रिल फूल? मी?"

"इश्श्य! सरनी जोक् किती सुरेख केला, नाही? अहो सर, 'एप्रिल फूल' सिनेमा आहे— सायराबानूचा."

"असेल असेल!" मी म्हणालो, "आजकाल सिनेमाला काय नावं देतील याचा नेम राहिलेला नाही."

"सर, तुम्हाला हिंदी सिनेमाचं जास्तीत जास्त लांब नाव कोणतं माहीत आहे?"— अनेक हीरोजपैकी एका हीरोनं बिचाऱ्या अर्थशास्त्राच्या प्राध्यापकाची परीक्षा घ्यायला सुरुवात केली.

मी त्या महत्त्वाच्या मुद्द्यावर पाच मिनिटं विचार केला आणि उत्तर दिलं— "परवा एक नाव ऐकलं मी. 'आयी मीलनकी बेला' की असंच काहीतरी होतं ते."

"छे:! हे काहीच नाही! एक हिंदी पिक्चर रिलीज व्हायचं आहे. त्याचं नाव आहे 'जी चाहता है खींच लूं तस्वीर आपकी!' "

"अय्या! खर्ररर?" चार-पाच मुली चिवचिवल्या.

मी काही न बोलता समोर दिसलं त्या हॉटेलात शिरलो आणि जेवणाची ऑर्डर दिली.

तेवढ्यात मुलं-मुली आपसात कुजबुजत असलेल्या दिसल्या. मनात म्हटलं, आपण बिचाऱ्यांशी इतकं फटकून वागता कामा नये. त्यांचं कोवळं वय आहे. पिक्निक्चा मूड आहे. दोन दिवस गुरुशिष्याचं नातं विसरून जावं. म्हणून मोकळेपणानं विचारलं, ''काय कुजबुज चालली आहे? माझ्याविरुद्ध काही कॉन्स्पिरसी नाही ना?''

''ए, तूच विचार ना!''

''मी नाही बाई— तूच विचार!''

''नाहीतर गुंजीकर, तुम्हीच विचारा ना सरना!''

''काय विचारायचंय्?'' मी हसून प्रश्न केला.

''सर, ही मंडळी म्हणताहेत, आपण संध्याकाळी 'एप्रिल फूल'ला जायचं का?''

''अहो, पण मंडळी, आपल्याला दुपारी चारला 'को-ऑपरेटिव्ह ग्रेनडीलर्स सोसायटी'कडे जायचं आहे, हे तुम्ही विसरलात की काय?''

माझ्या स्वरातील मऊपणाचा फायदा घेऊन कोपरानं खणत एक पंजाबी ड्रेसवाली म्हणाली, "किनई ऽ सर, आपण तिकडे उद्या जाऊ! अजून दोन दिवस राहायचं आहे ना आपल्याला? आपण आज पिक्चरलाच जाऊ या गडे! जाऊ या!— जाऊ या ना?"

तिच्या लिपूस्टिकवेष्टित ओठांच्या चंबूकडे आणि पुरीप्रमाणं फुगवलेल्या रूजवेष्टित गालांकडे न पाहता पाहिल्यासारखं करून मी म्हणालो, "ठीक आहे, होऊन जाऊ द्या तुमच्या मनासारखं!"

त्या दिवशी संध्याकाळी तब्बल तीन तासांचा धांगडधिंगा मी उघड्या डोळ्यांनी कसा सहन केला, हे माझं मलाच माहीत! रात्री ॲस्प्रोची गोळी घेऊन लवकर झोपलो. रात्रभर एकच स्वप्न सारखं पडत होतं— ट्रिपला आलेली बारा मुलं माझ्याभोवती फेर धरून नाचताहेत आणि गाताहेत, —'सर को एप्रिल फूल बनाया!...'

दुसऱ्या दिवशी सकाळी मी उठलो आणि मुला-मुलींना ताबडतोब तयार होण्याबद्दल सक्त हुकूम सोडला. आपण कोल्हापूरच्या 'प्रभाकर स्टुडिओ'त शूटिंगसाठी जाणार नसून 'को-ऑपरेटिव्ह मार्केटिंग सोसायटी' पाहण्यासाठी जात असल्याची आठवण मुलींना तीनदा द्यावी लागली. परंतु काल साडी नेसलेल्या मुली आज पंजाबी ड्रेस चढवणार असल्यामुळं आणि कालच्या पंजाबी ड्रेसवाल्या मुली आज सकच्छ साडीवर घसणार असल्यामुळं व्हायचा तो उशीर झालाच! पण मी आज कुणाचंच ऐकणार नव्हतो. मी अगदी हट्टाला पेटलो होतो. मी आणि 'को-ऑपरेटिव्ह मार्केटिंग सोसायटी' यांच्या दरम्यान येण्याची कुणाचीही प्राज्ञा नाही, असं मी मुलांना खडसावून सांगितलं. माझा हा अवतार पाहून मुलं-मुली मुकाट्यानं माझ्यामागून चालू लागली. त्यांच्या तोंडावर बळीसाठी नेण्यात येणाऱ्या मेंढरांचा भाव आहे, अशी मला मधेच दुष्ट शंका आली. पण मी ती कल्पना मोठ्या निग्रहानं उडवून लावली.

'को-ऑपरेटिव्ह मार्केटिंग सोसायटी'तर्फे गुळाच्या ढेपांचा आणि शेंगदाण्यांच्या पोत्यांचा लिलाव चाललेला होता. आमच्या प्राचार्यांकडून आधीच पत्र गेलेलं असल्यानं सोसायटीच्या चेअरमननी आमचं अगत्यानं स्वागत केलं आणि सर्वांसाठी 'शिंगल च्या'ची ऑर्डर दिली. नंतर ते आम्हाला ऑफिसमध्ये घेऊन गेले.

चेअरमन आम्हाला मार्केटिंग सोसायटीच्या कार्याची ओळख करून देत होते आणि मी मुलांना डोळ्यांनी खुणा करत ती ऐकत होतो. सोसायटीचं शेअर भांडवल किती आहे, डिव्हिडंड किती दिला जातो, सोसायटीमुळं शेतकऱ्यांचा कसा फायदा होतो, ही माहिती ऐकत असताना मी इतका रंगून गेलो की; माझ्या

आजूबाजूला पाहिलं, तर एकही विद्यार्थी कुठं दिसला नाही. चहाचे रिकामे कप तेवढे होते. मी आश्चर्यानं बाहेर आलो.

समोर गुळाच्या ढेपांवर काही विद्यार्थिनी सायराबियराच्या पोझिस् घेऊन बसल्या होत्या आणि काही विद्यार्थी त्यांचे फोटो काढत होते. उरलेल्या विद्यार्थिनी शेंगदाण्याच्या पोत्यांना टेकून 'सांवरियाँ' निघून गेल्यावर जाणवणाऱ्या विरहाचं दर्द चेहऱ्यावर दाखवण्याचा प्रयास करत होत्या आणि बाकीचे विद्यार्थी त्यांच्यासमोर उभे राहून कॅमेराचे विविध अँगल्स लावण्यात गर्क होते.

मी खालच्या मानेनं चेअरमनचा निरोप घेतला आणि मुलांचं आटोपेपर्यंत दारापाशी थांबलो. मुलींचे फोटो काढून झाल्यावर मुलांनी 'पोझिस्' घेतल्या आणि मुलींनी त्यांचे फोटो काढले. मी घड्याळात पाहिलं. साडेअकरा वाजले होते. लंचला उशीर झाला तर जिचं स्टमक अपसेट होई, त्या मुलीची मला आठवण झाली आणि फोटो काढण्याचा कार्यक्रम संपल्यावर मुलांना घेऊन सरळ मी एका बऱ्यापैकी हॉटेलमध्ये शिरलो.

जेवताना मी रागानं म्हटलं, ''ते चेअरमन घसा फोडून सोसायटीसंबंधी माहिती देत होते आणि तुम्ही तिथं थांबायला तयार नव्हता! कमाल आहे तुमची!''

''पण सर, मला तिथं टेरिबली उकडत होतं! माझा करचिफ् दोनदा पिळला मी!'' एक सकच्छ साडीवाली म्हणाली.

''आणि किती बोअरिंग वाटत होतं त्या माणसाचं बोलणं! मला तर झोप यायला लागली!''—इति गुंजीकर.

''खरं म्हणता इकॉनॉमिक्स हा सबजेक्टच इतका रुक्ष आहे की...'' एक चिरंजीव उद्गारले आणि माझ्याकडे पाहून जीभ चावते झाले.

झालेल्या चर्चेवरून मी निष्कर्ष काढला की, सोसायटीच्या कामासंबंधी नुसतीच चर्चा करण्याऐवजी मुलांना डोळ्यांनाही काही दिसलं, तर त्यांचं मन रमेल. त्या दृष्टीनं कार्यक्रमपत्रिकेवरील दोन बाबी मला मनोवेधक वाटल्या. 'को-ऑपरेटिव्ह स्पिनिंग अँड वीव्हिंग सोसायटी' आणि वारणानगरची 'को-ऑपरेटिव्ह शुगर फॅक्टरी', या दोन्ही संस्थांत काहीतरी पाहता आलं असतं आणि पाहता-पाहता मुलांना सोसायटीची माहितीही देता आली असती. मी ती कल्पना मुलांपुढं मांडली. सर्वांनी एकमेकांकडे पाहून माना डोलावल्या. माझ्यातला मास्तर पुटपुटला, 'हेही नसे थोडके! देवी अंबाबाई, एवढा लाभ तरी पदारात पडू दे!'

संध्याकाळी आमच्या लॉजिंगमध्ये चहा झाल्यावर मी मुलांना सांगितलं, ''आपण आता 'स्पिनिंग अँड वीव्हिंग सोसायटी'कडे जाऊ या. तुम्ही तयार राहा. तोपर्यंत मी सकाळच्या चेअरमनना भेटून 'वारणानगर शुगर फॅक्टरी'बद्दल माहिती

मिळवतो. जमल्यास त्यांच्याकडून ओळखपत्रही घेतो. उद्या सकाळी वारणानगरचा कार्यक्रम आटपू आणि परवा कोल्हापूरहून निघू.''

मी रिक्षा करून मार्केटिंग सोसायटीकडे गेलो. चेअरमनना भेटून ओळखपत्र घेतलं, बसूचं टाईमटेबल लिहून घेतलं आणि तासाभरात लॉजिंगकडे परतलो.

लॉजिंगमध्ये कुणीही नव्हतं. सर्वत्र सामसूम होती. मी आश्चर्य करत खाली ऑफिसमध्ये आलो. ऑफिसमधील मॅनेजरनं मला एक चिठ्ठी दिली. तीत लिहिलेलं होतं,

'प्रिय सर,

आम्ही तुमची अर्धा तास वाट पाहिली. आता शॉपिंगला जात आहोत. काही जणींना बहिणींसाठी साड्या घ्यायच्या आहेत. काहींना अंबाबाईच्या देवळात बांगड्या भरायच्या आहेत. कोल्हापुरी चपला तर सर्वांनाच घ्यायच्या आहेत. तुम्ही स्पिनिंग आणि वीव्हिंग सोसायटीमध्ये आमची सहापर्यंत वाट पाहा. आम्ही सहापर्यंत आलो नाही तर आमची आणखी वाट पाहू नका. शॉपिंग झाल्यावर आम्ही जमल्यास आणखी एखादं हिंदी पिक्चर टाकू.

—आपले नम्र विद्यार्थी.'

मी ती चिठ्ठी फाडून टाकली. चेअरमनकडून घेतलेलं ओळखपत्रही चुरगाळून फेकून दिलं. रिक्षा करून थेट एस्.टी. स्टँडवर गेलो आणि दुसऱ्या दिवशी सकाळी कोल्हापूरहून आमच्या गावाकडे जाणाऱ्या पहिल्याच गाडीतल्या तेरा सीट्स रिझर्व्ह करून टाकल्या!

◈◈◈

.९.
साठा उत्तरांची कहाणी

आटपाट नगर होतं. तिथं एक माणूस राहत होता. घरचा मोठा गब्बर होता. वडिलार्जित इस्टेट होती; पण नोकरी चाकरी काही नव्हती. दिवसभर खावं-प्यावं; सकाळ-संध्याकाळ भटकत सिनेमा-नाटकं पाहावीत— असं आयुष्य चाललं होतं.

एक दिवस भल्या सकाळी त्यानं ठरवलं, आपण एक मासिक काढायचं—उच्च अभिरुचीला वाहिलेलं. विचारपरिप्लुत (की लुप्त?) असं. संपादक म्हणून मिरवायला मिळेल. पत्रकार परिषदेला जायला मिळेल. परदेशी वकिलातीत जाऊन परदेशी मद्य प्यायला मिळेल.

मग त्यानं 'ज्ञानपिपासू' मासिक काढलं. जाडेजाडे विद्वान गोळा केले. त्यांच्याकडून लेख लिहवून घेतले. 'सौंदर्यशास्त्र आणि उत्क्रांती', 'हेगेलची कलाविषयक उपपत्ती', 'अस्तित्वाचे नवे भान' 'ज्ञानेश्वरीतील ङ' असे लेख प्रसिद्ध होऊ लागले. पचायला मोठे जड, पण समाजाचं आरोग्य सुधारतील असे. जनतेच्या दृष्टीची क्षितिजं रुंद करणारे. त्यांच्या चिंतनाला खाद्य पुरविणारे.

वर्ष गेलं, दीड वर्षं गेलं. मासिक काही खपेना. शंभरएकही वर्गणीदार मिळेनात. लोकांनी हाय खाल्ली. अंकांची थप्पी लागली. नगरीत कुणी पुरुषानं स्त्रीला धक्का मारला तर ती स्त्री विचारायची— "का रे मेल्या— डोळ्यापुढं 'पिपासू' दिसतंय् की काय?" कार बंद पडली तर कारवाला कारला विचारायचा— "समोरून 'पिपासू'चा लेखक येतोय् की काय?" पोर रात्री झोपेनासं झालं की आई

म्हणायची, " 'पिपासू'चा संपादक येईल हं— गप्प झोप!"

पैसे सगळे संपून गेले. बँकेतली शिल्लक शून्यावर आली. संपादक रडकुंडीला आला. साऱ्या विद्वानांना हाकलून दिलं. 'ज्ञानपिपासू' बंद केलं; पण छापखान्याच्या शाईचा वास नाकात घोटाळू लागला. संपादकाची खुर्ची खुणावू लागली. मग त्यानं दुसरं मासिक काढलं. नाव 'उर्वशी' ठेवलं— शृंगारकथांना वाहून टाकलेलं. जनतेचं मनोरंजन करणारं.

आधी त्यानं 'स्पर्शकथा' विशेषांक काढला. मग त्यानं 'आलिंगनकथा.' विशेषांक काढला. तरी वाचकांचं समाधान होईना. 'आणखी हवं— प्रिय संपादक — आणखी काहीतरी हवं!' मग 'उरोजकथा विशेषांक' निघाला. 'कमरकथा विशेषांक' प्रसिद्ध झाला. तरी वाचकांची मागणी वाढली— 'आणखी हवं'— संपादक काही कमरेखाली वार करायला तयार होईनात. पहिल्या अंकात नायक नायिकेला स्पर्श करायचा मग दिवा मालवायचा. मग तो चुंबन घेऊन दिवा मालवू लागला. अखेरीस लोकाग्रहास्तव तो नायिकेला विवस्त्र करून दिवा मालवू लागला. वाचकांचा आग्रह सुरूच— 'नायकाला दिवा मालवू देऊ नका! त्याला अडवा— त्याचा हात धरा!'

संपादक घाबरला. नायकाला अडवलं म्हणून कोर्टानं जाब विचारला तर? नायकाचा हात धरला म्हणून हातात हातकड्या पडल्या तर? संपादक ऐकत नाही म्हणूनच वाचक चिडले. त्यांनी 'उवर्शी'वर बहिष्कार टाकला. कॉलेजच्या पोरांनी अंकांची जाहीररीत्या होळी केली. लेडीज होस्टेल्स आणि 'नर्सेस क्वॉर्टर्स'नी उर्वशीची वर्गणी बंद केली. म्हाताऱ्याकोताऱ्यांनी संपादकाला घेराव घातला. आधी मिळवलेलं सगळं गेलं. 'उर्वशी' बंद पडली. 'पिपासू'मागं चालती झाली. संपादकानं मासिकाच्या वाटेला पुन्हा जायचं नाही, असं ठरवलं.

महिना हळूहळू संपू लागला. वीस-बावीस तारीख आली. संपादक अस्वस्थ झाला. पुन्हा छापखान्याच्या शाईचा वास. त्यात कोऱ्या कागदाचा वास मिसळलेला गॅल्या-प्रूफं-टू लाईन ग्रेट, पायका ब्लॅक! कव्हर पेज, गेटप-ले आऊट-ॲडव्हर-टाईझमेंट! संपादकाला खुळ्यासारखं झालं. जेवण जाईना, पिणं सुचेना— एकसारखी शून्यात दृष्टी.

मग तो उठला आणि नगरीतल्या एका वयोवृद्ध संपादकाकडे गेला. म्हणाला, "महाराज, मला ज्ञान द्या! बहुमोलाचा उपदेश द्या. मी तुम्हाला शरण आलो आहे."

वयोवृद्ध संपादकानं विचारलं, "वत्सा, काय झालं? तुझी अडचण काय आहे?"

"महाराज, माझी मासिकं चालत नाहीत. उच्च अभिरुचीचं मासिक काढलं, जनता ते घेत नाही. विद्वानमंडळी अंक फुकट मिळाल्याशिवाय वाचत नाहीत.

हजारो रुपयांचं पाणी झालं. 'ज्ञानपिपासू' बंद पडलं.''

''मग तू काय केलंस?''

''मग मी 'उर्वशी' काढलं. शृंगारकथांचा रतीब घातला. भटजी न् भावीण, डॉक्टर न् नर्स, प्राध्यापक न् विद्यार्थिनी अशा खूप जोड्या केल्या. चुंबनांचा पाऊस पाडला. आलिंगनांची खैरात केली. गुलाबी पोटऱ्या, नाजुक मांड्या यांचं भरघोस पीक काढलं. तरी वाचकांचं समाधान झालं नाही. त्यांचं मन अतृप्त राहिलं. मासिकाचा खप कमी झाला. 'उर्वशी' मग बंद पडली.''

''ठीक आहे. वत्सा, तुला काय हवंय?''

''महाराज, अजून हात शिवशिवताहेत. अजून मासिक काढावंसं वाटतंय्.''

''वत्सा, ते व्यसन असंच आहे. पहिलं मासिक काढण्यापूर्वी ते व्यसन सुटलं तर सुटतं; नंतर ते चिकटून बसतं. निवृत्त झालेल्या नटाच्या नाकात धुपाचा वास शिरला की तो जसा तडफडतो, तसं तुम्हा-आम्हा संपादकांचं आहे. वत्सा, मी आतापर्यंत तेरा मासिकं काढली. आता सर्व बंद पडली. पैसा अमाप मिळवला— तो घालवूनही टाकला; पण जे त्या वेळी सुचलं नाही, ते आता तुला सांगतो. मी सांगतो तो वसा घे. उतशील काय? मातशील काय? घेतला वसा टाकशील काय?''

''नाही महाराज, उतरणार नाही, मातणार नाही, घेतला वसा टाकणार नाही.''

"वत्सा, तू स्त्रियांसाठी मासिक काढ. तीन वर्षांत मासिकाचा खप दहा हजारांवर जाईल!"

"महाराज, पण मला ते जमेल कसं? त्याचं रहस्य मला कळेल कसं?"

महाराजांनी विडी पेटवली. मग ते म्हणाले, "सगळं काही सोपं आहे. नीट लक्ष देऊन ऐक. आधी मंत्र्यांच्या बायकांना भेट. त्यांच्या मुलाखती घेऊन टाक. 'मला उमजलेले आमचे हे—' मंत्रिणींबरोबर मंत्र्यांचा फोटो— दोघांबरोबर मुलाबाळांचा फोटो. आमच्या त्यांचं माझ्याशिवाय पान हलत नाही. कुठलंही धोरण ठरवताना मला विचारल्याशिवाय राहत नाहीत. आमचे हे वरून रागीट आहेत— पण आतून मृदू हृदयाचे आहेत—! सगळा मजकूर जाड टाईपात छापायचा. मंत्रिणीला भरपूर स्कोप द्यायचा!"

"त्यानं काम होतं?"

"त्यानं खूप कामं होतात. सरकारी जाहिराती मिळतात. कागदाचा कोटा मिळतो. सचिवालयातली कामं भराभरा होऊ लागतात."

"पुढं काय करू?"

"गरोदरपणी स्त्रियांनी घ्यावयाची काळजी. गरोदरपणाचे नऊ महिने. एकेका महिन्यासाठी तीन-तीन लेखांक, शारीरिक काळजी–मानसिक– अन्य काळजी. नऊ त्रिक सत्तावीस. दोन-सव्वा दोन वर्षं चिंता नाही."

"त्यानंतर काय?"

"बाळाची कशी काळजी घ्यावी? यात दोन-तीन वर्षं घालवावी; मग पुन्हा पहिल्यापासून 'मुली वयात येतात तेव्हा'–

"पण महाराज, परत तोच विषय?"

"हो वत्सा! कारण पहिली लेखमाला आली, तेव्हा लहान असलेल्या मुली सात-आठ वर्षांत वयात येणारच– त्यांच्यासाठी जुने अंक कसे मिळणार? ते तर सारे खपलेले असणार!"

"आता आलं लक्षात! पुढं काय महाराज?"

"आणखी एक परिसंवाद सुरू करावा! विषय सगळ्यांच्या आवडीचा घ्यावा. मुलींनी स्कर्ट घालावेत की पंजाबी ड्रेस? स्कर्ट गुडघ्याच्या किती फूट वर असावा? साडी बेंबीच्या किती फूट खाली असावी? लुंगी पुरुषांनी नेसावी की स्त्रियांनी?"

"यामुळं काय होतं?"

"अंकाचा खप खूप वाढतो. पुरुषलोकांचीही मागणी वाढते, कॉलेज तरुणांचं गिऱ्हाईक मिळतं! मुलामुलींकडून लेख घ्यावेत. निरनिराळ्या स्पर्धा ठेवाव्यात, स्पर्धेत खूप बक्षिसं वाटावीत."

“म्हणजे खूप पैसे जाणार!”

“नीट ऐक वत्सा. मोठी बक्षिसं अस्तित्वात नसलेल्या मुलींना द्यावीत. आपणच त्यांचे लेख तयार करावेत. ‘शर्मिला कारखानीस, नागपूर’— म्हणजे तू. ‘वैशाली महाजन’— म्हणजे तूच. आणि ‘लैला पाठारे’ म्हणजेही तू. देणं नाही— घेणं नाही!”

“महाराज, सदरं कोणती चालवावीत?”

“ते तर वत्सा फारच सोपं. अमुक महिन्याचे खास पदार्थ. शेंगांच्या फोलपटांचा चिवडा. तांबड्या बटाट्याचं लोणचं. कारल्याचं भरीत. शेवग्याच्या शेंगांची कोशिंबीर!”

“हे तर सगळे नवीन पदार्थ. कधी ऐकले नाहीत– कधी खाल्ले नाहीत–”

“म्हणूनच तर द्यायचे. उदाहरण देतो. शेंगांच्या फोलपटांचा चिवडा. एक किलो शेंगदाणे घ्यावेत. आतले दाणे काढून टाकावेत. फोलपटं खरपूस भाजावीत. त्यात मीठ-मिरची हळदपूड घालावी. वरून मोहरीची फोडणी द्यावी. गरम असताना खायला द्यावा. रुचकर लागतो. उपवासालाही चालतो.”

“हे झाले शाकाहारी पदार्थ. मांसाहारी पदार्थ कसे लिहायचे? नवे पदार्थ कसे शोधायचे?”

“मांसाहाराचे शेकडो पदार्थ. हुस्ने-कबाब, मोहब्बत-इ-चिकन; दिल-ए-ऑम्लेट, सप्त-सूर-मयी-कटलेट–”

“महाराज, ही नावं कुठली? मी तर ही प्रथमच ऐकतो—”

“ही ‘हिब्रू हजार पाकक्रिया’मधली असून इ. स. पूर्व सातव्या शतकात या नावांचा प्रथम उल्लेख आढळतो—!”

“महाराज, आपलं ज्ञान अगाध आहे—”

“कसचं-कसचं! आदाबअर्ज बाखिलवत! कबाब सुंदरीनं बनवला म्हणजे तो हुस्ने-कबाब होतो. चिकन मोहोब्बतीनं एकमेकांना खिलवलं की मोहब्बत-इ-चिकन तयार होतं. असं हे सर्व गौड-हिब्रू आहे–”

“शुकरिया महाराज–शुकरिया—”

“बेटा– आपण पुढल्या पानाकडे वळू. इथं चार पानं राखून ठेवायची!”

“ती कशाला महाराज?”

“भरतकाम-शिवणकाम-लोकरीचं काम! परकराच्या बॉर्डरवरलं डिझाईन–ब्लाऊजच्या मागं काढायचं फुलाचं डिझाईन–साडीच्या किनारीवरलं हरणाचं डिझाईन-कमीज-सलवारमधल्या कमीजच्या छातीवर काढायचं मांजराचं डिझाईन–”

“शिवणकाम–”

“शिवणकामाच्या लेटेस्ट फॅशन्स तुला काढायला सांगतील. आजवर जे

कधी झालं नाही, ते तुला करावं लागेल– पाहताक्षणी पसंत पडाव्यात अशा तऱ्हा शिकवाव्या लागतील.''

''हे मला कसं जमणार?'' संपादक घाबरून विचारता झाला.

महाराजांनी दुसरी विडी पेटवली. ''त्याचा विचारही मी केला आहे! ब्लाऊजला पुढनं बटणं झाली— मागनं बटणं झाली. दोन्ही कडांना बटणं असणारी ब्लाऊजची फॅशन. पदर नसलेल्या साडीची फॅशन. नाजूक पाठीत रुतणाऱ्या मागच्या पट्ट्या नसलेल्या ब्रेसियरची फॅशन. अर्धी पाठ उघड्या टाकणाऱ्या कमीजची फॅशन. न सुटणाऱ्या लुंगीची फॅशन. एकदा घातली की पुन्हा काढण्याची गरज नसलेल्या जीन्सची फॅशन. वत्सा, स्त्रियांच्या वस्त्रांवर तुझं बारकाईनं लक्ष असू दे. ब्लाऊजची लांबी तू एका इंचानं जरी वाढवलीस तर तुझ्या मासिकाचा खप एका हजारानं खाली आलाच!''

''आणि महाराज— ही लोकरीच्या विणकामाची काय भानगड?''

''विणकामाचे हे प्रकार म्हणजे वर्तमानपत्रातले अग्रलेख. कुणी वाचत तर नाही— मात्र असल्याशिवाय भागत नाही! काश्मिरी वीण, नेपाळी वीण, उलटी वीण-सुलटी वीण. दोन टाके उलटे-दोन सुलटे. मग पुन्हा सारे उलटे-सुलटे!''

''केशरचनेचं काय करायचं?''

''ते तर फार सोपं. एक मुलगी घ्यावी. घ्यावी म्हणजे, निवडावी. एक प्रौढ बाई घ्यावी. त्या प्रौढ बाईनं त्या तरुण मुलीच्या केसांची रचना करावी. केसांचा कोंबडा, जिराफ, उंट, कबूतर— सर्व पशुपक्ष्यांना मदतीला बोलवावं. केसांचा फ्लॉवरपॉट. दुपेडी वेणी, चक्र, भोवळ, अंबाडा, पर्स, मनीबॅग, शबनम बॅग. डॉक्युमेंट केस, ॲटॅची. नाना प्रकार करावेत. दर महिन्याला प्रकार बदलावेत. छान छान नावं ठेवावीत. यामिनी-कामिनी-नंदिनी-रागिणी-पद्मिनी-मोहिनी-मेदिनी-भेदिनी.''

संपादकानं बोटं घातली. डोळे मिटून हिशेब केला. अजून पानं भरत नाहीत. ''महाराज, अजून मजकूर हवा आहे–''

महाराजांनी दुसऱ्या विडीवर तिसरी विडी पेटवली. त्यांच्या ओठांतून हसू फुटलं. ''वत्सा, तू चिंता कसली करतोस? दहा हजार पानं भरून देतो. अरे, जगात जेवढ्या स्त्रिया, तेवढे विषय; पण स्त्रियांना तेवढे विषय लागत नाहीत. आठ-दहा विषय जन्मभर पुरतात. तर, ते असो! आपण आता पुढं जाऊ. पुढं येईल प्रश्नोत्तराचं सदर. प्रश्न विचारणारीला एक अंक-एक रुपया!''

''आणि कुणी प्रश्न विचारले नाहीत तर?''

''वत्सा, तुझं मडकं अजून कसं रे कच्चं? प्रश्न कुणी विचारत नसतं. संपादकीय खात्याचा उपयोग काय? उपसंपादक फुकट पगार खाणार? संपादक

नुसत्या नोटा मोजणार? आपलेच प्रश्न-आपलीच उत्तरं!''

''पण महाराज, प्रश्न तरी कुठले?''

''सोपे. फारच सोपे. ''माझ्या चेहऱ्यावर मुरमं येतात. मी काय करू? सुंदर चेहरा वाईट दिसतो.'' दुसरा प्रश्न— ''माझ्या ओठावर काळसर लव उमटलीय. तिचं मी काय करू? तिचा कसा बंदोबस्त करू?'' पुढं आणखी कुणी ''माझं वय वीस वर्षं आहे. पण वक्षस्थळं फार खुरटलेली दिसतात.'' त्याखालीच ''माझ्या वयाच्या मानानं स्तनांचा आकार फार मोठा दिसतो. ते बेडौल दिसतात. उपाय काय?'' शिवाय अनेक जुजबी प्रश्न! ''गालावर रुज लावली तर गाल सुजतील काय?'', ''लिपस्टिक लावली तर ओठ काळे पडतात काय?'', ''गंगावन लावले तर केस गळतात काय?'' उत्तरं द्यायची– नाही, नाही, त्रिवार नाही!''

''आणखी काही प्रश्न?''

''कुणी अडलेली सल्ला विचारील. मी कॉलेजात शिकते आहे. माझं शेजारच्या सरदारजीवर प्रेम आहे. मी काय करू? उत्तर द्यायचं— मूर्ख आहेस! अभ्यास कर– लग्नबिग्न मागाहून! कुणाचा प्रश्न— मी विवाहित आहे. तो विवाहित आहे. माझं त्याच्यावर प्रेम आहे. आता पुढे काय करायचं? उत्तर— तू घटस्फोट घे— त्याला घटस्फोट घ्यायला लाव; दोघंही मिळून लग्न करा–! ते जमलं नाही तर दोघंही एकमेकांना विसरून जा! तेही नाही जमलं, तर छानपैकी नदी पाहून जीव द्या!''

''ठीक ठीक. कल्पना आली — 'सासू त्रास देते– वेगळं बिऱ्हाड करू काय?' कर कर –जरूर कर! 'नणंद लग्नाची आहे–काय करू?' तिला कुठं तरी नोकरी करायला लाव. पैसे मिळतील न् तिचं ऑफिसमधे कुणाशी तरी जुळेल!''

''वत्सा—छान! तू शहाणा आहेस–हुशार आहेस!''

''महाराज— कथा-कवितांचं काय करायचं?''

महाराजांनी चौथी विडी पेटवली. ''हो, त्याबद्दल सांगायचं राहिलंच. व्यंगचित्रं-विनोदी कथा कधी छापू नकोस. बायकांना त्यातलं फारसं कळत नाही. उपरोध, उपहास, व्यंगार्थ बायकांना मुळीच कळत नाही. कुणी घसरून पडलं, तर सुशिक्षित स्त्रियांचंसुद्धा हसून पोट दुखतं. खालीपिली विनोदी साहित्य द्यायचं कशाला!''

''मग महाराज, कथा कसल्या द्यायच्या?''

''मेलोड्रॅमॅटिक—! डोळ्यांतून आसवं काढणाऱ्या. स्त्रियांची सहजप्रवृत्ती रडणं हीच. तिला सतत आवाहन करायचं. नवऱ्याच्या मागं बॉयफ्रेंडबरोबर फिरणारी बाई पातिव्रत्याची कथा वाचून ओक्साबोक्शी रडते! एरवी भावाचं तोंड न पाहणारी बंधुप्रेमाची गोष्ट वाचून हंबरडा फोडते! सासूच्या 'उठता लाथ-बसता बुक्की'

करणारी खमंग सून सासुरवाशिणीचे हाल वाचून गळा काढते! वत्सा, स्त्रीस्वभावाची ही मख्खी तू ओळखायला हवीस! तुझं लग्न झालेलं नाही?''

''नाही महाराज!''

''तरीच तुला या खाचाखोचा ठाऊक नाहीत! स्त्रियांच्या मासिकाचं बरं असतं. कुठल्याही स्त्रीची कथा छाप. मोबदला द्यायचं कारण नाही, आपलं नाव प्रसिद्ध झालं यातच ती खूश. कुणी फारच कुरकुर करू लागली तर तिचं छायाचित्र छाप. तिला वर्षभर मोफत अंक पाठव. खास अंकासाठी त्यांचे लेख मागव. त्यांच्या पतीसह त्यांना चहाला बोलव. त्यांचा विरोध संपून जातो. त्या दाती तृण धरून शरण येतात!''

''खास अंक कसले काढायचे?''

''आतापर्यंत तुला विविध विषय सांगितले; त्यातलाच एकेक विषय घेऊन खास अंक काढायचे!''

''म्हणजे काय महाराज?'' संपादकानं काडी ओढून महाराजांची विडी पेटवली.

''सोपं आहे. अन्नपूर्णा विशेषांक– लिपस्टिक विशेषांक– मंगळागौर विशेषांक– नववधू विशेषांक– डोहाळे विशेषांक– सासू विशेषांक– शृंगार विशेषांक– गर्भाधान विशेषांक! दोन-तीन वर्षांनी हे विशेषांक रिपीट करावेत! इतकंच नव्हे, तर तीन-चार वर्षांनी अंकातला तोच तो मजकूर पुन्हा छापावा— कुणालाही कळत नाही! पैशाची आणखी गरज लागली तर खूप मजकूर एकत्र करून मोठं थोरलं पुस्तक छापावं. 'गृहिणीचा सखा', 'सुखी संसाराची गुरुकिल्ली', 'स्त्रियांना वरदान–मूळ किंमत तीस रुपये, सवलतीची किंमत आठ रुपये. दोन पुस्तकं घेणाऱ्यास मासिक एक वर्ष मोफत. तीन पुस्तकं घेणाऱ्यास बारा शेड्सच्या लिपस्टिक्स् मोफत. पंचवीस पुस्तकं एकदम घेणाऱ्यास मासिक आजन्म मोफत.''

''आजन्म म्हणजे महाराज?''

''मासिक मरेपर्यंत किंवा घेणारी मरेपर्यंत. विचेव्हर इज अर्लीअर!''

''पण महाराज, तुम्ही सांगितल्याप्रमाणं मासिक चालवलं तर मासिक मरायची धास्ती नको!''

''होय वत्सा! इतर कुठलीही मासिकं मरतील. शृंगार मासिकं कुठवर शृंगार भिडवणार? अखेरीस त्यालाही मर्यादा आहे! विनोदी मासिकं विलायती विनोद किती वर्षं चोरणार? अखेरीस त्यालाही मर्यादा आहे! उच्च अभिरुचीची मासिकं किती वर्षं नुकसान सोसणार? अखेरीस त्यालाही मर्यादा आहे! मर्यादा नाही ती स्त्रियांच्या मासिकांना! सारंच वेगळं, नाजूक, स्वयंकेंद्रित, आत्मरत. अगदी ज्यांच्यासाठी

ती चालवायची, त्या स्त्रियांसारखंच!

"होय महाराज—"

"वत्सा— स्त्रियांच्या मासिकामुळं जीवन समृद्ध होतं. जीवनात रस वाटू लागतो. चरबट दाढी वाढवणारे नवकवी, केस पिंजारलेले नवकथाकार, नाना फडणीसासारखा लंबवर्तुळ चेहरा करणारे टीकाकार, एकमेकांचा दुस्वास करणारे किरकिरे विनोदी लेखक यांचा गोतावळा आजूबाजूला जमणार नाही. चिवचिवणाऱ्या, लाडेलाडे बोलणाऱ्या, माना वेळावणाऱ्या, शेपट्यांशी खेळणाऱ्या, कोपऱ्यातून पाहणाऱ्या, नजरबंदी करणाऱ्या अनेक लेखिका... पावडरीचा, स्नोचा, अत्तरांचा, शांपूचा, स्क्रीमचा, लोशनचा संमिश्र धुंदफुंद सुवास. त्यातच 'इश-अय्या'चे सुगंधी फवारे. मध्ये तू– आजूबाजूला स्त्रीलेखिका. कित्ती कित्ती छान! गोकुळात असल्यासारखं वाटेल. तुला घरी सणासुदीला आमंत्रण. दिवाळीचा फराळ आवर्जून घरी धाडतील. बसमध्ये भेटल्या तर तिकीट काढतील. कारवाल्या असतील तर मुद्दाम लिफ्ट देतील. बर्थडेला प्रेझेंट्स पाठवतील. फॉरिनला गेल्या तर येताना एखादी छान वस्तू आठवणीनं आणतील. तर वत्सा– हा वसा घेच तू. उतू नकोस, मातू नकोस, घेतला वसा टाकू नकोस!"

"नाही महाराज. उतरणार नाही. मातणार नाही. घेतला वसा टाकणार नाही. थँक्स अ लॉट महाराज! फ्रॉम बॉटम ऑफ माय हार्ट महाराज!"

महाराजांच्या पायावर डोकं ठेवून संपादक तिथून बाहेर पडला. त्यानं लगेच 'रुणझुणु' हे स्त्रियांचं मासिक काढलं. नटीच्या हस्ते उद्घाटन केलं. त्या दिवशी मोठा फॅशन शो केला. 'ब्युटी काँटेस्ट' घेतली. पहिल्या तिघींना 'रुणझुणु'च्या पहिल्या वर्गणीदार केल्या.

वर्षभरात त्याची भरभराट झाली. मासिकासाठी नवी बिल्डिंग बांधली. नवा छापखाना आला. दारात कार आली. नाजूक, लाडेलाडे बोलणाऱ्या एका लेखिकेशी त्याचं लग्न झालं. त्याच्या जीवनाचं नंदनवन झालं.

—तसं तुमच्या-आमच्या जीवनाचं होवो.

ही साठा उत्तराची कहाणी, पाचा उत्तरी सुफळ संपूर्ण.

◈◈◈

.१०.
प्राध्यापक गोकर्णांचा कर्मयोग

उन्हाळ्याची तीन महिन्यांची प्रदीर्घ सुट्टी संपवून प्राध्यापक मंडळी सोळा जूनला कॉलेजात पूर्ववत दाखल झाली. एस्.एस्.सी. पासनू एम्.ए.पर्यंतचे हजारो पेपर्स तपासून प्रा. पिंगे कृतकृत्य होऊन कॉलेजमध्ये परतले होते. दर सुट्टीत त्यांची बँकेतली शिल्लक व चष्म्याचा नंबर यांत वाढ ठरलेली! गणिताच्या मिसेस् परांडे आल्या-आल्या रविवार सोडून आणखी केव्हा सुट्टी मिळणार आहे, याची चौकशी करू लागल्या. हिस्ट्री विषयाच्या मिस् बोपर्डीकर तीन महिन्यांचा अयशस्वी वरसंशोधन-दौरा आटोपून 'जळ्ळी मेल्ली' लेक्चर्स घेण्यासाठी पुन्हा उगवल्या. दरमहा एक गाईड याप्रमाणे तीन गाईड्स पूर्ण करून मराठीचे प्रा. कुलकर्णी मोठ्या नाखुशीनं सोळा जूनला हजर झाले होते. सतरा जूनपासून पुन्हा एक महिन्याची रजा घेऊन चौथं गाईड लिहिण्याचा त्यांचा मानस होता.

नेहमीची मंडळी. पण त्यात एक अनोळखी चेहरा दिसला. सैलसर बुशकोट, ढगळ पँट, चिरडलेला ढेकूण चालत गेल्यावर उमटते तशी ओठावरची मिशीची बारीक रेघ, डोक्यावर घट्ट बसवलेली हॅट. स्टाफरूममध्ये आल्यावर त्या अनोळखी चेहऱ्यानं हॅट काढून ठेवली, तेव्हा माथ्यावर टकलाचा अर्धा चांदवा चमकत असलेला दिसला.

मी 'स्टाफरूम'चा सेक्रेटरी होतो. त्यामुळे नवागत प्राध्यापकांची ओळख करून घेण्याची माझ्यावर नैतिक जबाबदारी होती.

“आपण कोणत्या विषयासाठी आलात?” मी त्यांना विचारलं.

“यू सी— मी प्रोफेसर गोकर्ण, फ्रॉम मंगलोर. इंग्रजी शिकवणार आहे मी मुलांना आणि ऑफकोर्स मुलींना पण!”

“इंग्रजी? वा! फारच छान! आम्हाला इंग्रजीसाठी एक अनुभवी प्रोफेसर हवा होताच!”

“यू सी— आय ॲम नॉट अनुभवी ॲझ यू से! याच वर्षी मी टीचिंगला सुरुवात करणार आहे!”

“असं? मग आतापर्यंत काय करत होतात?”

“यू सी— मी रेल्वेत होतो—”

“काय म्हणून?”

“होतो गुड्स क्लार्कच— पण लिटरेचरचा लहानपणापासून नाद! म्हणून ‘लर्न व्हाईल यू अर्न—’ या वर्षी एम्.ए. झालो, विथ् इंग्लिश— यू सी— कॉलेजमध्ये टीचिंग करायचं, हे माझं स्वप्न होतं. आज ते स्वप्न रिअलाईज व्हायला सुरुवात झाली आहे—”

“वुईश् यू बेस्ट ऑफ लक—” म्हणून मी प्रा. गोकर्णांचा निरोप घेतला. कॉलेजचं रूटीन सुरू झालं. प्राध्यापक गोकर्ण रोज स्टाफरूममध्ये भेटायचे.

“हाऊ डू यू डू प्रोफेसर गोकर्ण?” मी त्यांना न चुकता वुईश् करायचो.

“थँक्यू! आय अँम बास्किंग इन द सन ऑफ युवर काइंडनेस!” गोकर्ण हसून म्हणायचे! खरं म्हणता एवढं कृत्रिम इंग्रजी वाक्य म्हणायची काही गरज होती का? पण नव्यानं शिकायला लागलेला के. जी. मधला विद्यार्थी पेन्सिलीनं कुठंही ‘ए बी सी डी’ काढतो ना; तसं झालं होतं! गंमत म्हणजे, रोज माझ्या औपचारिक प्रश्नाला ते हेच उत्तर द्यायचे!

एके दिवशी मी लेक्चर घेण्यासाठी डस्टर-बॉक्स घेऊन बी. ए.च्या क्लासकडे निघालो होतो. गोकर्ण घाईघाईनं माझ्याकडे आले. अलीकडे पानाचा तोबरा नेहमीच त्यांच्या तोंडात असतो, हे माझ्या ध्यानात आलं.

“डॉक्टर, तुम्हाला वेळ आहे थोडा?”

“आत्ता? आत्ता मी लेक्चरला चाललोय्—”

“हे लेक्चर झाल्यावर तुम्ही फ्री आहात?”

“हो— का बरं?”

“मला तुमच्याशी काही खासगी बोलायचंय्! पर्सनल प्रॉब्लेम! इफ यू डोण्ट माइंड!”

“नॉट ॲट ऑल! हे लेक्चर झाल्यानंतर बोलू—”

लेक्चर घेऊन मी स्टाफरूमकडे परतलो. हॅट टेबलावर ठेवून गोकर्ण डुलकी घेत होते. वर पंखा गरगरत होता. दिवाही पेटला होता. साहजिकच पंख्याचं अस्पष्ट प्रतिबिंब त्यांच्या टकलावर पडलं होतं, लाल ओठ, मिटलेले डोळे आणि टकलाचा चांदवा— स्वारीचं दर्शन मोठं मनोरम होतं यात शंका नव्हती!

मी दहा-पंधरा मिनिटं बसून राहिलो. त्यांना मध्येच जाग आली. मी ताटकळत बसलेलो पाहून ते संकोचले. "यू सी– तुम्हाला असं वाट पाहायला लावून मी तुमचा उपमर्द तर केला नाही ना?" त्यांनी इंग्रजीत पृच्छा केली.

"मुळीच नाही! आपण इथं बसू या?"

"नो, नो— बाहेर हॉटेलात जाऊ या चहा प्यायला; कँटीनमध्ये नको! तिथं स्टुडंटस् डिस्टर्ब करतील! यू सी– प्रायव्हसी असली की मोकळेपणानं बोलता येतं!"

"चला तर–"

त्यांनी डोळ्यांवरून पाणी फिरवलं. चूळ भरली. रुमाल टकलावर खसाखसा घासला. मग हॅट घालून ते इंग्रजीत म्हणाले, "चला– तुमचा अमूल्य वेळ खर्च करायची मला परवानगी द्या–"

"दिली!" मी हसत म्हटलं.

हॉटेलमध्ये स्पेशल रूमचा एक कोपरा आम्ही गाठला.

"डॉक्टर, काय घेणार?"

"कॉफी–"

"गुड्! मलाही कॉफी खूप आवडते. मी उडुपीचा ना? कडवट कॉफीची चव तुम्ही पाहा तरी! यू सी– आमच्याकडच्या कॉफीची चव जगातल्या कुठल्याही पेयाला येणार नाही!"

मी जगातली सर्व पेयं प्यालो नसल्यामुळे त्यांच्या विधानाला हरकत घेतली नाही.

कॉफी पिऊन झाल्यावर त्यांनी डबीतून पानपट्टी काढली. "तुम्ही घेणार?" मला विचारलं. मी नकारार्थी मान हलवली. पानाचा तोबरा भरून ते पुढं वाकले व खासगी सुरात म्हणाले, "यू सी— मला लग्न करायचंय!"

"म्हणजे, तुमचं लग्न झालेलं नाही?" मी आश्चर्यानं विचारलं.

"नाही! यू सी–रेल्वेत गुड्स क्लार्क म्हणून चिकटलो, तेव्हाच निश्चय केला होता की प्रोफेसर झाल्याशिवाय लग्न करणार नाही!"

"वा! छान! तुम्ही तुमच्या निश्चयाला चिकटून राहिलात म्हणून तुमचं अभिनंदन केलं पाहिजे!"

"ते नंतर करा; अजून माझा निश्चय पूर्ण झालेला नाही! लग्न झाल्यावर तुम्ही कॉंग्रेट्स दिले पाहिजेत मला खरं म्हणजे!"

कपड्यावर स्प्रे-पेंटिंग होऊ नये म्हणून मी मागं सरकून बसलो. मग म्हटलं–

"एनी वे— मी याबाबतीत काय करावं, अशी तुमची इच्छा आहे?"

"एखादी चांगली मुलगी तुमच्या पाहण्यात असेल— यू सी–"

"तुमचं वय काय?"

"बेचाळीस."

"मग मुलगी किती वर्षांची पाहिजे?" मनात म्हटलं— चाळिशीला पोहोचलेली एखादी घोडमुलगी पाहिली पाहिजे कुठं तरी!

"तीसएक वर्षांची! जमलं तर त्याहून कमी वय असलेली! कुटुंब लहान, सुख महान! यू सी, कुठंतरी वाचला मी हा जोक!"

"चांगला आहे जोक! पण तुमच्या आणखी काही अटी?"

"एकच अट— मुलगी अत्यंत सुंदर पाहिजे; दुसरी कोणतीही अट नाही! मुलगी आणि नारळ. आणखी कसलीही अपेक्षा नाही!" मग पान चघळत माझ्या-जवळ तोंड आणून ते म्हणाले, "यू सी— ती बी.ए. मधली सरला कारखानीस आहे ना किंवा इंटर आर्ट्‌समधली शैला काळे, ऑर एफ्. वाय आर्ट्‌समधली दया गोखले—"

"आय सी!" मी हसत म्हणालो. टकलावरून हात फिरवत स्वारीनं सुंदर मुली अचूक टिपल्या होत्या तर!

"मी मर्यादेचं अतिक्रमण केलं, म्हणून तुम्ही माझ्यावर रागावणार तर नाही? यू सी— मी केवळ उदाहरणादाखल ही नावं घेतली! आदरवाईज, त्यांना मी एक टीचर जसा स्टुडंट्‌सकडे पाहातो— प्लीज अंडरस्टँड मी!" गोकर्ण चांगलेच गोंधळले होते.

"आय् नो– आय् नो!" मी म्हटलं, "तुमच्या अटीप्रमाणं मुलगी आढळली की, मी जरूर तुम्हाला सांगेन!"

शिखर-परिषद संपवून आम्ही बाहेर आलो. काही असो— गोकर्णांना हवी तशी मुलगी मला कुठं आढळली नाही. त्या विषयात मी एकंदरीत कच्चाच!

दरम्यान, 'हाऊ डू यू डू' व 'आय् एम् बास्किंग इन् द सन ऑफ युवर काइंडनेस" ही अटळ प्रश्नोत्तरे होत राहिली. तीन-चार महिने गेल्यावर गोकर्ण एकदा उसळून म्हणाले, "डॉक्टर, हे तुमचं सांगली गाव अगदी कुग्राम आहे बुवा!"

"का बरं?"

"यू सी— मला एकही मुलगी सांगून येत नाही म्हणजे काय?"

यावर सांगली गाव हे कुग्राम आहे, हे मान्य करण्यावाचून मग मला गत्यंतरच उरलं नाही!

उन्हाळ्याची सुट्टी सुरू झाली, तेव्हा गोकर्ण मंगलोरला गेले. मी पुण्या-मुंबईला गेलो. तीन महिन्यांची प्रदीर्घ सुट्टी संपवून कॉलेजकडे पुन्हा परतलो, तेव्हा गोकर्ण भेटले. भेटले त्या वेळी ते अगदी खुशीत होते. इतके की, चक्क एक फिल्मी धून गुणगुणत होते!

"हॅलो प्रोफेसर— मजेत दिसताय?" मी विचारलं.

"ओळखा बघू डॉक्टर—" खिशातून एक चांदीची डबी काढून त्यातून त्यांनी एक पानपट्टी काढली. ती तोंडात कोंबून ते म्हणाले— "टुमचा काय अंदाज आहे?"

"कॉलेजनं कन्फर्म केलं?"

"ओ! त्यांना केलंच पाहिजे! आय् ॲम एक्स्ट्रीमली सक्सेसफुल टीचर!"

"मग एखादं इन्क्रीमेंट?"

"हू बॉदर्स?"

"नाही कल्पना येत बुवा!"

ते हसले. टकलावरून रुमाल फिरवत उद्गारले.

"मी एका मुलीच्या आयुष्याचं कल्याण केलंय्!"

"म्हणजे एक्झॅक्टली काय केलंत?"

"यू सी– मी लग्न केलं एका स्वरूपसुंदरीशी–! ती शेक्सपिअरची क्लिओपात्रा— तीसुद्धा नाक घासत पराभव पत्करील!"

"वा प्रोफेसर! काँग्रेट्स! पण हे काही बरं नाही हं–! आम्हाला आमंत्रण नाही– काही नाही–"

"सरप्राईज पॅकेट! एकदम तुम्हाला चकित करायचं, असा आमचा बेत होता! एनी वे, मी लग्नाची पार्टी ॲरेंज करणार आहेच पुढल्या आठवड्यात! तुम्हाला लक्ष्मी खरंच आवडेल! शी इज बिविचिंग डॉक्टर! यू सी– स्वतःच्या पत्नीची स्तुती करू नये, असं कुणीतरी म्हटलं आहे– पण आय् कान्ट हेल्प!"

गोकर्णांच्या इच्छा, उशिरा का होईना, फलद्रूप होताहेत, हे पाहून मला बरं वाटलं.

अचानक लग्न करून त्यांनी मला आश्चर्याचा धक्का दिला, पण त्यांची लक्ष्मी पाहिल्यावर मला आश्चर्याचा जबरदस्त धक्का बसला! आता परस्त्रीबद्दल फारसं बोलू नये, हे खरं— पण सौंदर्य ही जी काही चीज आहे, ती सौ. गोकर्णांच्या आसपास फिरकत नव्हती, हे नमूद केलं पाहिजे! त्यांचा रंग गोरा नव्हता– पांढरा होता! अंगयष्टी किडकिडीत, चेहरा ओढलेला, त्यावर निरुत्साहाचं आवरण.

"तुम्हाला हे गाव आवडलं की नाही?" मी इंग्रजीत त्यांना विचारलं.

"डॉक्टर, यू सी– लक्ष्मीला इंग्रजी येत नाही – मराठीही येत नाही–"

"मग?"

"कोकणी— मंगलोरी कोकणी!"

म्हणजे तिकडूनही पार निकाल लागला!

पार्टीला अनेक प्राध्यापक आले होते. खाणं-गप्पा चालल्या होत्या. मला बाजूला घेऊन गोकर्ण विचारू लागले, "आमची निवड कशी काय वाटली?"

ते असं काही विचारतील याची मला कल्पना नव्हती! मी उत्तरलो, "सुरेख—

मार्व्हलस—''

''यू सी— मला खात्री होतीच, तुम्हाला तिचं रूप आवडेल म्हणून! शी इज डेलिकेट! जाईच्या फुलासारखी नाजूक! थोडासा त्रास झाला की कोमेजते. दमून जाते!''

''जास्त त्रास देऊ नका, म्हणजे झालं!'' मी डोळे मिचकावत म्हटलं.

''नो नो— यू सी— ते काही चालायचं नाही! मला मुलगा पाहिजे– वर्षाच्या आत – सो, नो कॉम्प्रमाईज ऑन दॅट इश्यू!'' पानाचा तोबरा चालू होताच!

''वा —छान! चांगली योजना आहे!'' मी तरी दुसरं काय बोलणार!

गोकर्ण पुन्हा निमंत्रित मंडळींत मिसळले. मोठ्या उत्साहात होते. काय बोलू न् काय नको, असं त्यांना झालं होतं. लोक काय म्हणतात, याचं मंगलोरी कोकणीत भाषांतर करून ते पत्नीच्या कानावर घालत होते. ती लाजत होती– गालात हसत होती. आम्ही आजूबाजूला आहोत, हे विसरून ते तिच्याकडे भान विसरून पाहत होते.

''काय प्रोफेसर गोकर्ण– हनिमूनला गेला होता की नाही?''

''तर! उटकमंडला हनिमूनला जायचं, हे माझं कधीपासूनचं स्वप्न होतं!'' मग बायकोकडे वळून ते बहुधा तिला हनीमूनची आठवण देऊ लागले!

आमच्यातला एक कोवळा प्राध्यापक क्षीरसागर हळूच मला म्हणाला— ''गोकर्णांनी निवडलेली हनिमूनची जागा बायकोच्या निवडीपेक्षा अधिक सुरेख आहे, बरं का!''

मी दचकून गोकर्णांकडे पाहिलं. स्वारीनं ही कॉमेंट ऐकली असती तर पंचाईतच होती! पण ते बायकोच्या तोंडाजवळ तोंड नेऊन काहीतरी बोलत होते. त्यांच्या मुखकमलातून उसळणाऱ्या ताम्रवर्णी तुषारांची बिचारीला उटीला असतानाच सवय झाली असावी!

त्यानंतर पंधराएक दिवसांनी गोकर्ण स्टाफरूममध्ये मला म्हणाले, ''डॉक्टर, यू मस्ट काँग्रेच्युलेट मी!''

''का बरं?''

''माझं आणखी एक स्वप्न पुरं होतंय्.''

''कोणतं?''

''माय डियर वाईफ इज कॅरिंग! यू सी— शी इज एक्सपेक्टिंग अ व्हिजिट फ्रॉम द स्टॉर्क! ओ! आय एम सो हॅपी! लक्ष्मीला कुठं ठेवू न् कुठं नको, असं झालंय!''

"व्हेरी गुड प्रोग्रेस!"

"कान्ट हेल्प डॉक्टर, आम्हाला बिलकुल वेळ नाही! वुई आर इन हरी! मी त्रेचाळीस— लक्ष्मी आहे अडतीस!"

"थर्टीएट?"

"हो ना!"

"मला वाटलं, तीससुद्धा झाली नसतील!" त्यांची जुनी अट मला आठवली.

"लक्ष्मी वाटते ना पंचवीस-सव्वीस वर्षांची? अहो, तेवढी मिळाली नाही तरी तेवढ्या वयाची वाटणारी नाजूक, सुंदर मुलगी मिळवली! यू सी– शी इज एक्स्ट्रीमली गुड हाऊसवाईफ!"

"गुड!" मी डस्टर घेऊन बाहेर पडलो. दर आठवड्याला गोकर्ण पत्नीची बारीक-सारीक प्रगती तपशीलवार सांगू लागले. वास्तविक, पुरुषांनी या विषयावर काय बोलायचं? पण गोकर्णांचा उत्साह प्रचंड! त्यांना नाउमेद करणं जिवावर यायचं. त्यांच्या गप्पा सुरू झाल्या की एक-दोन मिनिटांतच मी लेक्चर नसलं तरी डस्टर घेऊन बाहेर पडायचो. लायब्ररीत जायचं निमित्त करायचो. 'घरी लवकर जायचंय' म्हणून सटकायचो.

दुसऱ्या टर्मच्या शेवटी एक दिवस सांगत आले–

"डॉक्टर, मी बाप झालो!"

"असं? व्हेरी गुड!"

"माझ्या बायकोनं एका सुरेख मुलाला जन्म दिलाय! आय ॲम प्राऊड ऑफ इट!"

"छान! मुलगा ठीक आहे ना?"

"वा! तिच्यासारखा गोरापान, नाजूक आणि माझ्यासारखा आनंदी, हसतमुख."

"अरे वा! इतक्यातच कळलं का तो आनंदी, हसतमुख आहे हे?"

"यू सी– मुलाचे पाय पाळण्यात दिसतात! सारखा खेळत असतो— हातपाय हलवतो!"

मी मनात म्हटलं— झालं! प्राध्यापक महाशयांना आणखी एक विषय पानाबरोबर चघळायला मिळाला!

मला वाटलं होतं– त्यांची बायको माहेरी गेली असेल– पण गोकर्ण बायकोला डोळ्यांपुढून हलू द्यायला तयार नव्हते. मुलाचं बारसं त्यांनी मोठ्या थाटात केलं. लग्नानंतर पुन्हा त्यांनी आम्हा सर्वांना मोठी पार्टी दिली. मूल अगदी बारीक, अशक्त दिसत होतं. सौ. गोकर्ण तर एका बाळंतपणात शक्तिहीन झाल्यासारख्या दिसत होत्या. त्यांच्या किरकोळ प्रकृतीला प्रसूती मुळीच मानवली नव्हती. पण

गोकर्ण मात्र खूश होते– अधिक गरगरीत झाले होते. बायकोचं बाळंतपण त्यांना चांगलंच मानवलं होतं. लहान मुलांची काळजी कशी घ्यावी, प्रसूतीनंतर स्त्रियांनी काय करावं आदी विषयांवरची बरीच पुस्तकं त्यांनी गोळा केली होती.

''हिला मी भाषांतर करून सगळं सांगत असतो—'' ते म्हणाले.

इंग्रजी साहित्याचा ते अभ्यास करतात कधी आणि लेक्चर्सची तयारी होते कशी, याचा मला प्रश्न पडला होता! ते संसार, बायको व मूल यात इतके रमून गेले होते की, लेक्चरच्या वेळेपूर्वी पाच मिनिटं धावपळ करत यायचे. टकलावरला घाम पुसत वर्गात जायचे आणि शेवटचं लेक्चर संपलं की घरी पळायचे. मध्ये वेळ असला व मी रिकामा असलो की माझ्यापाशी येऊन बसायचे. मुलाबद्दल बोलायचे, बायकोचं कौतुक करायचे. त्यांच्या बोलण्याकडे माझं फारसं लक्ष नसायचं! त्यांच्या तोंडातून उडणारे तुषार अंगावर पडणार नाहीत ना, याची काळजी घेण्यात मी मग्न असायचो!

एक दिवस स्टाफरूममध्ये आले, तेव्हा त्यांचा चेहरा मला काळजीनं काळवंडलेला दिसला. नेहमीचा उत्साह त्यांच्या वागण्या-बोलण्यात आढळला नाही.

''हॅलो प्रोफेसर— काळजीत दिसताय?''

''आमचा योगेश आजारी आहे हो!''

''असं? काय झालंय?''

''खूप ताप आलाय. रात्रभर झोप नाही आम्हा दोघांना. जागून काढली रात्र—''

''मग कॉलेजला उगाच आलात—''

''कॅज्युअल लीव्हचा अर्ज देऊन जातो—''

गोकर्ण लगेच निघून गेले.

दुसऱ्या दिवशी कुणी सांगत आलं— गोकर्णांचा मुलगा गेला!

मला फार वाईट वाटलं. एवढ्या उत्साही, आनंदी माणसावर तसा प्रसंग यायला नको होता! त्यांच्या घरी जाऊन त्यांचं सांत्वन कसं करावं, ते कळेना! मी ठरवलं— ताबडतोब न जाता आठएक दिवसांनी जावं. तेवढ्यात त्यांचं दुःख थोडंफार कमी झालं असेल.

मी आणखी एक-दोन सहकाऱ्यांसह पुढच्या आठवड्यात त्यांच्या घरी गेलो.

मला वाटलं होतं, ते मोडून पडले असतील. सुकून गेले असतील—

पण गोकर्णसाहेब नेहमीसारखे आनंदी. तुरुतुरू धावत ते बाहेर आले. तसा

मी जरा चरकलोच. तरी धीर करून म्हणालो, ''प्रोफेसर, झालं ते ऐकून फार वाईट वाटलं! या वयात—''

''ओ: डोण्ट वरी!'' पान चघळत गोकर्ण म्हणाले, ''व्हॉट इज देअर? आम्ही दोघं अजून तरुण आहोत! शिवाय जमीन सुपीक आहे. सीड इज स्ट्राँग! यू सी— एका वर्षाच्या आत अनादर बोनी बॉय! यू सी—''

•११•
च्युइंगगम आणि समाजकार्य

दुपारचे बारा वाजले होते. 'हॉटेल बुलक-कार्ट'च्या 'एअर कंडिशण्ड' हॉलमध्ये 'टायगर कब् क्लब'ची विशेष मीटिंग होती. मीटिंगनंतर लंचचा कार्यक्रम होता. साहजिकच सर्व कामं बाजूला सारून क्लबचे, अठरा ते चोवीस वयाचे सभासद आपल्या देशी-परदेशी गाड्या 'बुलक-कार्ट'पुढं उभ्या करीत होते.

डॉली बिलिमोरियाला तिची मम्मी पोचवायला आली होती. गाडीतून उतरण्यापूर्वी डॉलीनं सशाच्या आकाराच्या पर्समधून छोटा आरसा काढला आणि ओठांवर लिपस्टिकची कांडी हळुवारपणे फिरवली. तरल खूबचंदानी आपल्या बॉयफ्रेंडबरोबर स्कूटरवरून आली होती. स्कूटर हॉटेलपुढं आल्यावर तिनं पिलियनवरून टुण्दिशी उडी मारली आणि बॉयफ्रेंडच्या डोकीवर टप्पल मारून ती किंचाळली– "जरा सोशल वर्क करून येते बरं का ओल्ड गाय!"

अपर्णा दिघे च्युइंगगम चघळत हॉटेलमध्ये घुसली. खरं तर तिला च्युइंगगम आवडत नव्हतं. पण तिचा दूरचा कझिन ब्रदर तिला म्हणाला होता, की तू च्युइंगगम चघळताना फार क्यूट दिसतेस! तेव्हापासून सारखं च्युइंगगम चघळायची सवय तिनं लावून घेतली होती.

'टायगर कब् क्लब'चे पुरुष-सदस्य हळूहळू येत होते. होमी फर्निचरमेकर क्लबचा प्रेसिडेंट. क्लबच्या कामामुळे तो एफ्.वाय्. आर्ट्सला तीनदा नापास झाला होता. या त्याच्या क्वालिफिकेशनमुळे तो या वर्षी बिनविरोध प्रेसिडेंट म्हणून निवडून

आला होता. अंगाला घोरपडीप्रमाणं घट्ट चिकटून बसलेला, चारशे रुपयांचा सूट त्यानं घातला होता आणि नसलेली छाती पुढं काढून तो सीन कॉनेरीच्या पोझमध्ये चालण्याचा प्रयत्न करत होता. किरण मेहताच्या शोफरनं कच्‌दिशी ब्रेक दाबला, तेव्हा किरण त्याच्यावर इतका जोरात खेकसला, की आजूबाजूची मंडळी चमकून त्याच्या दिशेनं पाहू लागली. अजून आपल्याकडे डॉली बिलिमोरियाचं लक्ष गेलेलं नाही, हे किरण मेहतानं हेरलं आणि पूर्वीपेक्षा मोठा आवाज करून पुन्हा एकदा तो शोफरवर खेकसला! मायकेल पिंटो 'टोपॅझ' वाचत 'फॉक्सवॅगन'मधून खाली उतरला. जेम्स बाँड आपण पचवला आहे आणि पेरी मॅसन आपण कोळून प्यायला आहे, असं तो ऊठसूट सगळ्यांना सांगे. लोकांच्या मनावर ते बिंबवण्यासाठी आपल्या हातात नेहमी एक इंग्रजी पॉकेटबुक असणं आवश्यक आहे, अशी त्याची ठाम समजूत होती.

'क्लब'च्या सर्व स्त्री-सदस्यांनी बाराच्या मीटिंगची तयारी नऊ वाजल्यापासून सुरू केली होती. त्यामुळे बहुतेकींच्या शरीरावर टॉयलेट आर्टिकल्सचं छोटंसं संमेलनच भरलं होतं. साडी नेसलेल्या मुलींनी पोटाचा, स्कर्टवाल्या मुलींनी गुडघ्यावरचा आणि कमीज-सलवारवाल्या मुलींनी पाठीचा जास्तीत जास्त भाग उघडा टाकण्याची खबरदारी घेतली होती. मुलांच्या अंगावरचे सूट 'लंपट ओल्या वस्त्राप्रमाणे' त्यांच्या शरीराला घट्ट चिकटून बसले होते. बहुतेकांनी इतिहासाच्या पुस्तकातल्या रॉबर्ट क्लाइव्ह वा वॉरन हेस्टिंग्जप्रमाणे गालावर लांबलचक कल्ले वाढवले होते. कुणी त्या कल्ल्यांना कुऱ्हाडीचा आकार दिला होता, तर कुणी खुरप्याचा.

प्रेसिडेंट होमी फर्निचरमेकरच्या मागोमाग सर्व मेंबर्स 'हॉटेल बुलक-कार्ट'च्या वातानुकूलित दिवाणखान्यात गेले. सर्व जण खुर्चीवर बसल्यानंतर उणेपुरे चाळीस सेकंद पूर्ण शांतता होती. मग हळू आवाजात मेंबर्स आपापसात विचारांची देवाणघेवाण करू लागले.

"आज कुणाचं भाषण आहे?"

"असेल कुणी चँपियन बोअर! पंधरा मिनिटांनी मी खूण करतो– आपण पाच जणांनी कोरसमध्ये जांभया द्यायच्या; थांबलाच पाहिजे! त्या दिवशी नाही का त्या पुढाऱ्याला थांबवला!"

"तो फर्निचरमेकर स्वत:ला कोण प्रिन्स ऑफ वेल्स समजतो की काय? पुढल्या वर्षी पुन्हा प्रेसिडेंटशिपसाठी उभा राहिला, तर पाडला पाहिजे बेट्याला!"

"डोंट वरी! मी त्याची बर्थडेट मिळवलीय त्याच्या कॉलेजमधून! पुढल्या वर्षी त्याचं वय पंचवीस होतंय! आपल्या क्लबच्या नियमाप्रमाणं तो मेंबर राहू शकत नाही!"

"ए खूबचंदानी, तुझ्या बॉयफ्रेंडशी ओळख करून दे ना! अगदी जितेंद्र— बरं का!"

"माय! जितेंद्र नव्हे, मी त्याला राजेश खन्ना म्हणते! ही इज मॅनली!"

"असं? अनुभव आला वाटतं काही?"

"शिरीन आली नाही वाटतं!"

"शिरीन बसली असेल अभ्यास करत! वेस्ट ऑफ टाइम! पंडिता रमाबाई होणार आहे जशी काही! स्टुपिड गर्ल!"

"ब्लाऊजची फॅशन मस्त आहे दिघे! शर्मिला इन् 'सावन की घटा' की काय?"

"छे! सावन की घटा फॅशन जुनी झाली! शर्मिला इन् 'सुहाना सफर!'

तेवढ्यात मुंबईतले प्रसिद्ध शिक्षणतज्ज्ञ हॉलमध्ये शिरले. प्रेसिडेंट फर्निचर-मेकरनं टूथपेस्टच्या जाहिरातीतल्या माणसाप्रमाणं संपूर्ण दंतपंक्ती दाखवीत हास्य केलं आणि पाहुण्यांचं स्वागत करून त्यांना आपल्याजवळ बसवलं. मानेला स्प्रिंग असल्याप्रमाणं त्यानं मानेला हिसके देत पुढं बसलेल्या मेंबर्सवरून नाजूकपणे नजर फिरवली. टायची गाठ चाचपीत तो उभा राहिला. "प्रिय फेलो टायगर कब्स, आजच्या आपल्या पाहुण्यांची ओळख करून देण्याची गरज आहे, असं मला वाटत नाही! ते 'रेझरेक्शन ऑफ युनिव्हर्सिटी एज्युकेशन'वर थोडक्यात बोलणार आहेत!" वास्तविक, स्वत: फर्निचरमेकरला आजच्या पाहुण्यांविषयी फारशी माहिती नव्हती. 'थोडक्यात बोलणार आहेत' असं सांगून पाहुण्यांना त्यांने मुत्सद्दीपणानं इशाराही दिला होता!

पाहुणे उभे राहिले. आजच्या शिक्षणविषयक समस्यांवर तळमळून बोलले. आजच्या महाविद्यालयीन शिक्षणपद्धतीत आमूलाग्र बदल होणं कसं इष्ट आहे, हे त्यांनी आवर्जून सांगितलं.

त्यांचं भाषण सुरू असता तरल खूबचंदानी तीनदा, किरण मेहता दोनदा व स्वत: फर्निचरमेकर एकदा बाहेर जाऊन आला. असं मध्येच उठून बाहेर गेल्यानं सगळ्यांचं लक्ष आपल्याकडे वेधलं जातं आणि आपण अतिशय कामात असल्याचा अविर्भाव आणता येतो, हे त्यांना अनुभवानं माहीत होतं. मायकेल पिंटो 'टोपॅझ'मधल्या वातावरणात इतका गढून गेला होता, की समोरचा भाषण देणारा माणूस क्यूबाचा गुप्तहेर तर नाही ना, असा त्याला अधूनमधून संशय येत होता.

व्याख्यात्यांनी मंडळींचा फार अंत न पाहता व्याख्यान संपवलं.

"एनी क्वेश्चन्स?" फर्निचरमेकरनं अर्धवट उठून विचारलं.

"व्हाट इज एज्युकेशन?"

''पाहुण्यांनी 'शिक्षण' या शब्दाची व्याख्या सांगितली.''

''व्हॉट इज युनिव्हर्सिटी?''

पाहुण्यांनी हसत त्याचंही स्पष्टीकरण केलं.

''व्हॉट डू यू मीन बाय रेझरेक्शन?''

आता 'रेझरेक्शन ऑफ युनिव्हर्सिटी एज्युकेशन'मधल्या 'ऑफ'चा अर्थ तेवढा विचारायचा राहिला होता! पाहुण्यांनी चिकाटी न सोडता 'रेझरेक्शन'चा अर्थ सांगितला आणि या विषयावरचे आपले विचार मांडण्याची त्यांनी तरुण पिढीला विनंती केली.

''पंचेचाळीस मिनिटांची लेक्चर्स आम्हाला बोअरिंग वाटतात– ती वीस-पंचवीस मिनिटांवर आणावीत!'' मदन दिवे यानं सूचना केली.

''लेक्चर्स अटेंड करायची सक्ती नसावी— धिस् इज डेमॉक्रॅसी! प्रत्येकाला सर्व बाबतीत स्वातंत्र्य दिलं पाहिजे!'' —मायकेल पिंटो.

''मला किनई असं वाटतं– सात-आठ मुला-मुलींचा ग्रुप करून प्रोफेसरनी कॅंटीनमध्ये एखाद्या टॉपिकवर सर्वांशी डिस्कशन करावं! त्यामुळे विद्यार्थ्यांचे विचार प्रोफेसरना कळतील.'' —अपर्णा दिघे.

''आजकालचे प्रोफेसर्स आपल्या विषयाची मुळीच तयारी करत नाहीत,

अशी माझी तक्रार आहे–'' प्रेसिडेंट फर्निचरमेकरने गौप्यस्फोट करत असल्याप्रमाणं मुद्रा केली. त्यामुळेच आपण एफ्. वाय्. आर्ट्सला तीनदा नापास झालो, याची त्याला बालंबाल खात्री होती.

''निवडून आलेल्या विद्यार्थी प्रतिनिधींची एक इन्स्पेक्शन कमिटी असावी व या कमिटीनं अधूनमधून कुठल्याही वर्गात शिरून प्राध्यापकांच्या ज्ञानाची चाचणी घ्यावी!'' कुणीतरी सूचना केली.

पाहुण्यांनी विचारलं, ''परीक्षा पद्धतीविषयी तुमचं काय मत आहे?''

''आजची परीक्षापद्धती अत्यंत चुकीची, सदोष, मूर्खपणाची, सेन्सलेस असून शिवाय नॉन्सेन्सही आहे!'' डॉली बिलिमोरिया फारसं बोलत नसे, पण एकदा बोलू लागली की कुणाला ऐकत नसे.

''कॉलेजच्या चार वर्षांत फक्त एकदा, म्हणजे शेवटच्या वर्षीच परीक्षा असावी.'' आजच्या दोषपूर्ण परीक्षापद्धतीमुळे पोळलेला फर्निचरमेकर म्हणाला.

''परीक्षेच्या वेळी पुस्तक उघडून पाहण्याची परवानगी असावी. पाठांतरपद्धतीवर आधारलेली आजची पद्धत बदलली पाहिजे.'' दया देसाई उद्गारली. आपल्या या सूचनेप्रमाणं तिनं वर्तन केल्यानं एस्. एस्. सी. परीक्षेला तिला तीन वर्षं बसू देण्यात आलं नव्हतं.

''नुसत्या अभ्यासावर पदवी देता कामा नये. एक्स्ट्रा करिक्युलर ॲक्टिव्हिटीज् विचारात घेतल्या पाहिजेत. स्पोर्ट्स, सोशल वर्क, टायगर कब् क्लबची मेंबरशिप, स्मार्टनेस— या गोष्टी अभ्यासापेक्षा माझ्या मते अधिक महत्त्वाच्या आहेत.'' आणखी एकानं मतप्रदर्शन केलं.

पाहुण्यांनी एका कागदावर काही नोट्स् घेतल्या. मग ते उठून जाऊ लागले. त्यांना दुसरीकडे कुठं एका सेमिनारमध्ये पेपर वाचायचा होता. प्रेसिडेंट फर्निचरमेकरनं त्यांना लंचला राहण्याचा वरवर आग्रह केला. मग त्यांनी पाहुण्यांसाठी व पाहुण्यांच्या निमित्तानं सर्वांसाठी कोल्ड्रिंक मागवलं. पाहुण्यांनी ते संपवलं व ते सर्वांचा निरोप घेऊन निघून गेले. कोल्ड्रिंकची बाटली सगळीच्या सगळी संपवणं, हे मागासलेपणाचं लक्षण समजलं जात असल्यानं बहुतेक 'टायगर कब्ज्नी' दोन-तीन घोट घेऊन उरलेली बाटली खाली ठेवली. डॉली बिलिमोरियानं तर बाटलीला हातसुद्धा लावला नाही. त्यामुळे आपण बाटली निम्मीअधिक संपवली, हे काही बरं झालं नाही, अशी किरण मेहताला चुटपुट लागून राहिली. स्ट्रॉ तोंडात धरल्यामुळे ओठांवरची गुलाबी लिपस्टिकची शेड फिकट झाल्यासारखी वाटून दया देसाईनं पर्समधून पावडर कॉम्पॅक्टर बाहेर काढली व त्यातल्या छोट्या आरशीत पाहून तिनं लिपस्टिक नाजूकपणे ओठांवरून फिरवली.

एवढं झाल्यानंतर प्रेसिडेंट फर्निचरमेकरनं खास आवाजात सांगितलं, ''नाऊ टु द बिझिनेस!'' तिघा-चौघा मेंबर्सनी एकमेकांकडे पाहून डोळे मिचकावले. 'अहाहा! काय पोज!' असा भाव त्यात होता.

''या वर्षी सोशल सर्व्हिसची एखादी स्कीम आपण आखली पाहिजे.'' प्रेसिडेंट म्हणाला.

''समाजकार्य करावं, अशी सक्ती आहे काय?'' डॉली बिलिमोरिया कुरकुरली.

''सक्ती नाही खरी– पण नॉर्थ, ईस्ट, वेस्ट टायगर कब क्लब्जनी अशा अनेक योजना आखल्याचं माझ्या कानावर आलं आहे. आपल्या साउथ डिस्ट्रिक्टनं मागं पडू नये, असं मला वाटतं.''

''माय गुडनेस! मग आपण काहीतरी केलंच पाहिजे!'' तरल खूबचंदानी म्हणाली. तिच्या शेजारची मुलगी नॉर्थ क्लबला जात होती. तिचा तोरा उगाच का म्हणून? आम्हीही समाजकार्य करतो, बरं का!

''मागच्या वर्षी आपण स्लम एरियात गेलो, तसं या वर्षी नको बरं का!''

''माय्! झोपडपट्टीतून घरी आले– चार दिवस जेवण गेलं नाही!''

''मला तर तिथली दुर्गंधी पाहून व्होमिटिंग व्हायला लागलं!''

''खरं म्हणता, गव्हर्नमेंटनी सगळ्या झोपडपट्ट्या पाडून टाकायला पाहिजेत आणि तिथं वीस मजली बिल्डिंग्ज बांधल्या पाहिजेत! ब्युटीफुल्ल फ्लॅट्स! 'उषा किरण'सारखे! आमच्यासारख्यांना वीकएंडला जाता येईल— सहज चेंज म्हणून!'' तरल खूबचंदानीनं सूचना केली.

''ए पिंटो, पुस्तक बाजूला ठेव! इथं झोपडपट्टीत राहणाऱ्या लोकांचे प्रॉब्लेम्स आपण डिस्कस् करतोय आणि तू ते टोपॅझ काय वाचतोयस?'' किरण मेहतानं डॉलीकडे पाहत मायकेल पिंटोला दम भरला. मघाशी कोल्ड्रिंकची अर्धी बाटली संपवल्याच्या चुकीची, कशी का होईना, त्याला भरपाई करायची होती.

मुलींच्या पुढं आवाज चढवला की त्यांच्यावर छानपैकी इंप्रेशन पडतं, असा त्याचा अनुभव होता.

मायकेल पिंटोनं पुस्तकात खुणेसाठी बोट ठेवलं आणि तो ठामपणे म्हणाला, ''ए मेहता, मी स्लमवाल्यांसाठी मागच्या वर्षी काम केलं; ठाऊक आहे? त्यांना माझ्याकडची जुनी पॉकेट बुक्स वाटून टाकली! म्हटलं, पडू दे त्यांच्या ज्ञानात भर!''

''ते जाऊ दे; या वर्षी काय करायचं, हे आधी ठरवा!'' प्रेसिडेंट फर्निचरमेकर जांभई देत म्हणाला.

''या वर्षी आपण पेडर रोड व मलबार हिल या भागात जाऊन तिथल्या

लोकांचे प्रश्न समजावून घेऊ!''

''त्यांचे कसले प्रश्न?'' फर्निचरमेकर त्रासिक मुद्रा करून विचारू लागला.

''माय्! त्यांचे कसले प्रश्न म्हणे! आम्ही पेडर रोडवर राहतो. कालच आमचा टेलिफोन बंद पडला. आमचा किती खोळंबा झाला; ठाऊक आहे? वुई वेअर कंप्लीटली इन सूप!'' तरल खूबचंदानीनं ओठाचा चंबू करून माहिती दिली.

''परवा आमचा लाईट गेला, तर इतकं गरम व्हायला लागलं! वाटलं, जीव जातो की राहतो!''

''तो काय म्हणून?''

''इश्श! एअर-कंडिशनर बंद, फॅन्स बंद— सिंपली सफोकेटिंग! मला तर वाटतं, लोक दुष्टपणानं आमच्या एरियाची इलेक्ट्रिसिटी बंद करतात! रोग्ज!''

''माझी ऑंट मलबार हिलवर राहते. तिला चार सर्व्हंट्स लागतात. दोन कसेबसे मिळाले. तिची इतकी धांदल उडते! आणि प्रेसिडेंट फर्निचरमेकरना वाटतं, या लोकांना कसले म्हणून प्रश्न नसतात! हंबग!''

फर्निचरमेकर म्हणाला, ''सॉरी! माझ्या लक्षात आलं नाही आधी; आता मला पटलं! या वर्षी आपण या भागात जाऊन सोशल वर्क करू. लेट अस टर्न टु द नेक्स आयटेम! आपल्या क्लबचे फंड संपले आहेत. गेल्या वर्षी आपण डान्स प्रोग्रॅम ठेवला होता. खर्च जाऊन एक-दोन हजार रुपये उरले. पण मीटिंग्ज, सोशल वर्क, क्लबची मसुरी ट्रिप— यात ते पैसे संपून गेले. या वर्षी चार-पाच हजार जमवले पाहिजेत!''

''आपण लता मंगेशकरचं गाणं ठेवू, राज कपूरला चीफ गेस्ट म्हणून बोलवू!''

''राज कपूर नको, देव आनंद!''

''देव आनंद कधीच संपला; आपण जितेंद्रला बोलवू, नाहीतर राजेश खन्ना!''

''दोघांनाही बोलवा! तिकीट वीस-वीस रुपये ठेवा!''

''कोण घेणार?''

''सगळ्यांनी संपवली पाहिजेत— ऑफिसमध्ये, कॉलेजात, टायगर्स क्लब-मध्ये जाऊन! सोशल वर्क करणाऱ्या संस्थांना मदत करणं, हे समाजाचं कर्तव्यच आहे मुळी!'' अपर्णा दिघे त्वेषानं म्हणाली.

सर्वांना तिचं म्हणणं पटलं. मग डॉली बिलिमोरियाच्या अध्यक्षतेखाली एक कमिटी नेमण्यात आली. तिकिटं खपवणं हे मुलींना चांगलं जमेल, असा साऱ्या मुलांचा अभिप्राय पडला. वर्तमानपत्रातल्या जाहिरातीत व निमंत्रणपत्रिकेत आपली

नावं छापण्याच्या अटीवर मुलींनी कमिटीवर काम करण्याचं मान्य केलं. जितेंद्रला बोलवायला जाताना कोणती साडी नेसायची वा कानात किती इंच लोंबणारे इयरिंग्ज घालायचे, हेसुद्धा त्या गडबडीत तरला खूबचंदानीनं मनातल्या मनात ठरवून टाकलं.

"लास्ट आयटेम–" इति फर्निचरमेकर.

"आज पुरे!" मायकेल पिंटो पुस्तक मिटवत म्हणाला.

"दोनच मिनिटं. क्लबच्या मेंबरशिपसाठी एक अर्ज आलाय. माया देसाई, केटरिंग कॉलेजमध्ये शिकते."

"माया देसाई! म्हणजे दया देसाईंची थोरली बहीण ना?"

"हो." दया देसाई उत्तरली.

"मग ती चोवीस वर्षांची कशी? पंचवीस-सव्वीस वर्षांची असेल! आपल्या क्लबच्या नियमात ती कशी बसणार?" अपर्णा दिघेनं चुइंगगम चघळत शंका काढली. तिचा दया देसाईवर सूक्ष्म राग होता. आपण तिच्यापेक्षा अधिक स्मार्ट असूनही मुलं तिच्यामागं असतात, हे तिला मुळीच खपत नसे. त्यामुळं संधी मिळेल तेव्हा ती दया देसाईचं नाक ठेचायची!

"माझ्या थोरल्या बहिणीच्या बारशाला तू हजर होतीस वाटतं?" दया देसाईनं हसत विचारलं.

"तुझ्यापेक्षा ती किती मोठी आहे?"

"असेल तीन वर्षांनी– मग!"

"तुला कितवं वर्ष?"

"मला नुकतंच विसावं लागलं–"

"विसावं? कितव्यांदा लागलं ते तुला विसावं वर्ष?" अपर्णा दिघे डोळे मिचकावत म्हणाली, "म्हणजे या हिशेबानं तू तेराव्या वर्षी मॅट्रिकला बसलीस, म्हटलं पाहिजे! म्हणजे पहिल्या खेपेला!"

"मग बसलेच होते मुळी!"

"असं? माय गुडनेस! दया देसाईचा टायगर कब् क्लबनं जाहीर सत्कार करावा, असा ठराव मी मांडते!" अपर्णा दिघेच्या गटानं जोरजोरानं टाळ्या वाजवल्या.

शेवटी प्रेसिडेंटनं आपल्या अधिकारात माया देसाईच्या अर्जाचा विचार पुढच्या मीटिंगपर्यंत पुढं ढकलला.

सर्व मंडळी लंचसाठी उठली. मायकेल पिंटोनं फर्निचरमेकरला विचारलं, "काय रे बाबा, लंच चांगलं आहे ना? ते भाषण, भाषणावरली ती चर्चा, सोशल वर्क, फंड जमा करणं— यामुळे इतकी भूक लागलीय की..."

"डोण्ट वरी! सेव्हन कोर्सेस आहेत! चिकनसूपनं सुरुवात– कस्टर्ड पुडिंगनं शेवट! मटण खुर्मा, क्रॅब रोल्स, फ्राय फिश, चिकन—"

"बस्स-बस्स— खूप झालं!"

किरण मेहताला लंचमध्ये मुळीच 'इंटरेस्ट' नव्हता. डॉली बिलिमोरियाजवळची खुर्ची कशी पटकावता येईल ही एकच एक चिंता त्याला लागून राहिली होती!

. १२ .

कुणा एकाची यशगाथा

'रणभेरी' दैनिकाच्या कचेरीत उपसंपादक म्हणून माझी नुकतीच नेमणूक झाली होती. अर्थशास्त्र विषयात डॉक्टरेट करत असताना अर्थार्जन करावं, या हेतूनं मी वृत्तपत्रव्यवसायात तात्पुरत्या काळासाठी शिरलो होतो. दिवसभर लायब्ररीत अभ्यास करावा आणि रात्री दैनिकाच्या कचेरीत रात्रपाळी करावी, असा कार्यक्रम मी सुरू केला होता.

एकदा रात्रपाळीवर असताना, रात्री दहाच्या सुमाराला सूटबूट व टाय अशा नखशिखांत साहेबी पोशाखातली एक व्यक्ती आमच्या कचेरीत आली. मला पाहून तिनं विचारलं–

"आपण नवीन दिसता इथं?"

"होय. आपली ओळख?"

"मी डॉक्टर पाटोळे. 'सगुणाबाई पाटील महाविद्यालया'चा प्राचार्य. औद्योगिक सहकारी सेवासंघाचा ऑननरी चेअरमन. भारत-जर्मनी सांस्कृतिक मंडळाच्या इथल्या कचेरीचा उपकार्यवाह. पार्डी ग्रामपंचायतीच्या अस्थायी समितीचा..."

"या ना, इथं बसा." त्यांची यादी रात्रभर संपणार नाही आणि 'रणभेरी' निघाला नाही म्हणून संपादक पांचजन्य करील, या भीतीनं मी मधेच म्हणालो, "आपलं काही काम होतं?"

"हो ना." टायचा सामोसा चाचपीत प्राचार्य उत्तरले, "'डबेवाडी ग्रामस्थ विकास मंडळा'तर्फे 'लोकशाहीचे पुनरुत्थान' या विषयावर आज संध्याकाळी माझं व्याख्यान झालं. त्याचा वृत्तान्त मी आणला आहे तुमच्या दैनिकासाठी."

"अरे वा:! पण आपण तसदी का घेतलीत? मी पाठवलं असतं कुणाला तरी तुमच्या घरी."

"असू द्या, असू द्या." दोन-चार पानांचं एक छोटं पुडकं माझ्याकडे सरकवून प्राचार्य म्हणाले. मग कोटाच्या खिशातून काहीतरी काढून ते म्हणाले, "आणि हा माझ्या फोटोचा ब्लॉक. शक्यतो पहिल्या पानावर वरच्या बाजूला बातमी जाऊ द्या. विषय महत्त्वाचा आहे, म्हणून म्हटलं."

एवढं झाल्यावर त्यांनी माझी चौकशी केली. मी अर्थशास्त्रात डॉक्टरेट करतोय्, हे ऐकून ते फारच खूश झाले. माझा परिचय वाढावा, अशी त्यांनी इच्छा प्रदर्शित केली. मग मी मागवलेली कॉफी पिऊन प्राचार्यमहाशय निघून गेले.

मी लगोलग मुख्य संपादकांना फोन केला व पाटोळे यांच्या भाषणाला कितपत जागा द्यावी, हे विचारलं. मी कचेरीत नवीन असल्यानं पत्राचं धोरण पूर्ण समजेपर्यंत अशी काळजी घेणं आवश्यक होतं. नंतर माझ्यामुळं पत्राचे कोणाशी संबंध बिघडायला नकोत. संपादक जांभई देऊन म्हणाले, "त्या पाटोळ्याला नाही उद्योग! मुंडाशी घालणाऱ्या खेडुतांपुढं पुनरुत्थानाचं चऱ्हाट लावायचं काय कारण?"

"अहो, पण... पण... ते प्राचार्य आहेत म्हणे! शिवाय डॉक्टर आहेत कुठल्यातरी विषयातले."

"ते डॉक्टर कसे झाले, हा एक स्वतंत्र संशोधनाचा विषय होईल! तुमची पीएच्. डी. झाली की वेळ असल्यास ते संशोधन करा." संपादक मिस्किल आवाजात म्हणाले, "ते असो. बातमी चार पानावर घ्या. ब्लॉक टाका. पहिला परिच्छेद आणि शेवटचा परिच्छेद घेऊन बाकीचं भाषण आमच्या केराच्या टोपलीत जाऊ द्या. वर लिहा 'विचारपरिप्लुत' किंवा 'परिलुप्त'— जसं जमेल तसं."

"तुम्हाला भाषण नको असेल, तर ठेवून देतो सगळंच." मी तोड काढली.

"उंहू. असामी बडी आहे. सांभाळली पाहिजे. कळेल तुम्हाला व्यवसायात चांगले मुरलात म्हणजे."

प्राचार्य पाटोळे हे जरा नाजूक प्रकरण आहे अशी मनाशी खूणगाठ बांधून मी संपादकांचा हुकूम अमलात आणला.

त्यानंतर चार-पाच दिवसांनी प्राचार्य पाटोळे यांचा मला फोन आला. दुसऱ्या दिवशी सकाळी 'सगुणाबाई पाटील कॉलेजा'त त्यांनी मला बोलावलं होतं. त्यांना माझ्याकडून कसलीतरी मदत हवी होती. एक कॉलेजच्या प्राचार्यांनी मला मदतीसाठी हाक मारावी, यामुळे मनातून फुशारून जाऊन मी ठरलेल्या वेळी कॉलेजमध्ये हजर झालो.

प्राचार्यांना 'बहि:शाल' विभागातर्फे कुठंतरी भारताच्या अन्नधान्य-समस्येवर

पेपर वाचायचा होता व त्यासाठी मी टिपणं काढून द्यावीत, असा त्यांचा आग्रह होता. "काय होतं, कार्यबाहुल्यामुळं सर्व काही व्यवस्थित पार पाडणं शक्य होत नाही. हेच पाहा ना, आज संध्याकाळी माझं चर्मकार मंडळातर्फे 'बाबासाहेब आंबेडकर आणि महात्मा बुद्ध'वर व्याख्यान आहे. पुढल्या आठवड्यात रेडिओवर 'मराठी साहित्यातील अश्लील उकाडा' या विषयावर भाषण आहे. त्याची तयारी करायची आहे. शिवाय जर्मन कॉन्सुलेट–"

मी त्यांना कसंबसं थांबवलं आणि कागद घेऊन टिपणं काढू लागलो. प्राचार्य दैनिक 'भोंगा', 'तुतारी' वगैरे वाचत बसले. मध्येच शिपायानं येऊन सांगितलं–

"संस्थेचं अध्यक्षमहाराज जगताप आल्याती."

"पाच मिनिटांनी आत पाठव." पाटोळे म्हणाले.

मग त्यांनी हातातली दैनिकं टेबलाच्या ड्रॉवरमध्ये टाकली. मागचं कपाट उघडून 'एनसायक्लोपीडिया ब्रिटानिका'चे तीन खंड बाहेर काढले. दोन खंड अर्धवट उघडून समोर ठेवले. एका खंडात डोकं खुपसलं आणि शिपायाला सांगितलं, "आता आत पाठवून दे त्यांना."

टिपणं काढता-काढता मी हे पाहत होतो. ते जगताप की कोण, आत आले. म्हणाले, ''काय पाटोळेसाहेब, बरेच कामात दिसता?''

''उं:!'' पाटोळे समोरच्या ग्रंथात गढून गेले होते.

''नाही, म्हटलं— मी आलोय्.''

''अरेच्या! तुम्ही होय?'' ग्रंथातून मोठ्या मुश्किलीनं मान वर करतो आहोत, असं दाखवत प्राचार्य म्हणाले, ''मी जरा एम्. ए. च्या लेक्चरची तयारी करत होतो. बसा.''

टिपणांचा कागद प्राचार्यांच्या हवाली करून मी काढता पाय घेणार, एवढ्यात कॉलेजमधले एक तरुण प्राध्यापक आत आले नि पाटोळेंना म्हणाले, ''सर, मी आंबेडकरांवरच्या नोट्स...''

''अच्छा. ठीक आहे. त्या मराठीच्या प्राध्यापकांना माझ्याकडे पाठवा बरं का! काल नोट्स देणार होते. अलीकडच्या अध्यापकांचा कसल्याही विषयाचा अभ्यास नाही. वाचन नाही, लेखन नाही.''

''हो ना.'' ब्रिटानिकाच्या तीन खंडांकडे आळीपाळीनं पाहत जगताप उत्तरले.

''यस् सर.'' म्हणून तो तरुण प्राध्यापक चालता झाला. मीही प्राचार्यांचा निरोप घेऊन बाहेर पडलो. प्राचार्यांच्या कामाचा उरक नि विविध विषयांवर बोलण्याची तयारी 'याचि डोळा' पाहून मी धन्य झालो होतो.

नंतर प्राचार्यांची भेट झाली कुटुंबनियोजनविषयक परिसंवादाच्या वेळी. परिसंवादात मी भाग घेणार होतो. प्राचार्यही भाग घेणाऱ्या वक्त्यांच्या गटात सामील झाले होते. एक उपमंत्री अध्यक्षस्थानी होते. विषयाशी संबंध नसलेल्या अनेक बाबींवर उपमंत्री तोंडाला येईल ते बोलत होते. अधूनमधून ''आपणाला नवसमाज निर्माण करायचा आहे'', असं बजावून सांगत होते.

पाटोळे हळूच माझ्याजवळ सरकले आणि विचारू लागले, ''तुम्ही काय बोलणार आहात?''

''मी होय? बोलायचं काहीतरी वेळ आली म्हणजे—'' मी धोरणीपणानं उत्तरलो.

''तरी पण?'' प्राचार्यांनी चिकाटी सोडली नाही.

''मी वेगळाच विचार मांडणार आहे. लोकसंख्या वाढत चालली आहे वगैरे सर्व चूक आहे. तो गोरा पाद्री माल्थस दोनशे वर्षांपूर्वी जे बडबडला, ते आपल्याला खरं धरून चालायचं कारणच काय मुळी? लोकांचं मृत्यूचं प्रमाण कमी होणारच. लोकांची आयुर्मयादा वाढणारच. आर्थिक विकासाचा मग फायदा तरी काय? लोकसंख्यावाढीपेक्षा कमी उत्पादन ही खरी समस्या आहे. कुटुंबनियोजनाची काही

एक गरज नाही. अन्नधान्य आणखी पिकवा, उत्पादन वाढवा. कुटुंबनियोजन हे थोतांड आहे. सरकारची ती धूळफेक आहे.''

''वा वा! उत्तम! माझंही तेच मत आहे. मीही याच आशयाची मतं मांडणार होतो. छान-छान! आपली मतं अगदी तंतोतंत जुळतात.'' पाटोळे आनंदानं म्हणाले. मग त्यांनी व्यासपीठावर जाऊन चिटणीसाकडून वक्त्यांची यादी घेतली. त्यांनी तिथं बहुधा काही फिरवाफिरव केली असावी.

कारण उपमंत्री खाली बसले आणि लागलीच पाटोळेंच्या नावाचा पुकारा झाला. पाटोळे मोठ्या आत्मविश्वासानं वर गेले आणि त्यांनी भाषणाला सुरुवात केली,

'माल्थस'ऐवजी 'मार्शल'चा उल्लेख सोडल्यास, त्यांच्याजवळ मी जे काही बोललो होतो, त्यातील शब्दन् शब्द प्राचार्य बोलत होते. कुटुंबनियोजन कसं अनावश्यक आहे, हे तावातावानं पटवून देत होते. उपमंत्र्यापासून सर्व मंडळी अस्वस्थ झाली. कुटुंबनियोजनावरील परिसंवाद, कुटुंबनियोजनाचं महत्त्व वक्त्यांनी श्रोत्यांच्या मनावर बिंबवावं म्हणून सरकारनं मुद्दाम घडवून आणलेला हा परिसंवाद– आणि हा विद्वान गृहस्थ त्याच विषयाचं खंडन करतो आहे! ''कुटुंबनियोजन थोतांड आहे, सरकारनं लोकांच्या डोळ्यांत धूळ फेकण्यासाठी काढलेलं ते निमित्त आहे,'' असं मारे झोकात सांगतो आहे! काय आहे काय हा प्रकार? सर्व जण बुचकळा की काय म्हणतात; त्यात पडले.

भाषण संपवून पाटोळे खाली आले, तेव्हा त्यांच्या तोंडावरून विजयोन्माद ओसंडत होता. फड जिंकलेल्या पैलवानाच्या थाटात ते खुर्चीकडे येत होते. श्रोतृवर्ग फेटे-शेमले उडवून आपलं कौतुक का करीत नाही याचं त्यांना बहुधा आश्चर्य वाटत असावं.

त्यानंतर माझी पाळी होती. मी खिशातला कागद काढून समोर ठेवला आणि बोलायला सुरुवात केली. प्रथम मी पाटोळेंचे सारे मुद्दे एकामागोमाग एक खोडून काढले. त्यांचे विचार भारत सरकारनं आणि जगानं स्वीकारले, तर भारताचं व जगाचं वाटोळं कसं होईल, लोकसंख्येचा राक्षस हा अवनितल कसा गिळून टाकील, त्यांचे विचार कम्युनिस्टप्रणीत कसे आहेत, त्यांच्यासारख्या विद्वज्जड गृहस्थांनी (इथं मी जरा छद्मी हास्य केलं.) अशी भूमिका घ्यावी, हे कसं शोकजनक आहे, हे तपशीलवार सांगून, नंतर कुटुंबनियोजनाचं महत्त्व समोर ठेवलेल्या कागदावरील मुद्द्यांच्या आधारे श्रोतृवर्गाला पटवून देण्याचा मी प्रयत्न केला.

माझं भाषण संपवून मी खाली आलो. प्रा. पाटोळेंच्या खुर्चीकडे दृष्टिक्षेप टाकला. पण पाटोळे तिथं नव्हते. काहीतरी महत्त्वाच्या कामासाठी ते निघून गेल्याचं

मला समजलं. मनात म्हटलं, बहुधा दुसरीकडे कुठं एखाद्या विचारघन विषयावरील चर्चेत भाग घेण्यासाठी ते गेले असतील. 'आगरकरांचा समाज सत्तावाद', 'स्त्रीशिक्षण ही क्रांती की उत्क्रांती' अशा एखाद्या गहनगंभीर विषयावरील चर्चा!

पण गृहस्थ मोठा खिलाडू वृत्तीचा! माझ्यावर राग मुळीच धरला नाही त्यांनी. उलट, एकदा रस्त्यात दिसले तेव्हा धावत माझ्याजवळ आले आणि माझा हात दाबून म्हणाले, "त्या दिवशीचा तुमचा जोक आवडला बरं का आपल्याला!"

"खरं?" वास्तविक पाहता मीच थोडाफार खजील झालो होतो. "तुम्ही त्या दिवशी मध्येच उठून गेलात, त्या वेळी वाटलं की माझ्यावर रागावलात की काय?"

"अहो, झालं काय— परिसंवादाच्या वेळीच माझं रोटरी क्लबात भाषण होतं. मी परिसंवादात भाग घ्यायला कबूल नव्हतो. मंडळी फारच आग्रह करू लागली. असो. चहा घेऊ थोडा."

आम्ही दोघे समोरच्या हॉटेलात शिरलो आणि स्पेशल रूममध्ये गेलो. तिथं खुर्चीवर बसतो न बसतो तेवढ्यात प्राचार्य पाटोळे सहज बोलल्याप्रमाणं म्हणाले, "महात्मा ज्योतिबा फुले यांच्या कार्याचं मूल्यमापन अजून नीटसं झालेलं नाही, असं नाही तुम्हाला वाटत?"

या 'डायरेक्ट ॲटॅक'मुळं मी प्रथम हबकलोच. मग सावरलो व डोळे मिचकावत म्हणालो, "काय प्राचार्यसाहेब, आज महात्मा फुल्यांच्या कार्यावर कुठं व्याख्यानबिख्यान आहे की काय?"

प्राचार्यांनी लागलीच विषय बदलला व आज जीवनात मूल्यं पायदळी कशी तुडवली जात आहेत, हे कारण नसताना ते मला पटवून देऊ लागले. अर्थात, एका चहाचा मोबदल्यात तेवढं ऐकून घेणं भागच होतं मला! जगात गुणाची कशी कदर होत नाही, लोक पैशाला कसं भलतंच महत्त्व देतात, हे ते जीव तोडून मला सांगत होते.

"मी पैशाला क:पदार्थ मानतो. मी ज्ञानाचा पिपासू आहे. जिथं ज्ञान, जिथं विद्वत्ता; तिथं मी नम्र होतो. तुमच्यात विद्वत्तेचा थोडा जर्म दिसला. तेव्हा तुम्ही माझी थट्टा केलीत, तुम्ही मर्यादेबाहेर जाऊन अतिक्रमण केलंत; तरी मी खपवून घेतो. आपण तुमच्यासारख्या माणसाला शरण आहोत."

त्यांनी माझी एवढी स्तुती केल्यानंतर चहाचं बिल मी न देणं योग्य झालं नसतं. शिवाय ते पैशाला क:पदार्थ मानत असल्यानं पैसे स्वत: देणं-न देणं या गोष्टीचंही त्यांना महत्त्व वाटत नव्हतं. सारांश, चहाचं बिल मी दिलं आणि आम्ही दोघे बाहेर पडलो. त्यानंतर बरेच दिवस पाटोळे भेटले नाहीत. 'रणभेरी'साठी त्यांच्या भाषणांचे रिपोर्ट ते प्यूनबरोबर पाठवून द्यायचे. 'स्थानिक'मध्ये आपल्या

व्याख्यानाबद्दलच्या 'अनाउन्समेंट्स' द्यायचे. यावरून, सहकारी संस्थांपासून नाट्य परिषदा व इंडो-जर्मन क्लबापासून रोटरी क्लबापर्यंत त्यांचा मुक्त संचार कसा सुरू आहे, हे दिसून येत होतं.

एकदा मला ते रस्त्यावर एका सडपातळ तरुणीसह जाताना दिसले. पाटोळेंची ही नवीन नाजूक भानगड काय आहे याचा शोध घेत असता, काही गमतीदार माहिती कानावर आली. 'सगुणाबाई पाटील कॉलेजा'त मराठी शिकवणाऱ्या तरुण प्राध्यापिकेचं व पाटोळेंचं जमलं होतं. ती प्राध्यापिका पाटोळेंच्या अष्टपैलू व्यक्तिमत्त्वावर अनुरक्त झाली होती म्हणे! पाटोळेंच्या व्याख्यानात व भाषणात वारंवार येणारे हेगेल, लास्की, बर्ट्रांड रसेल, सार्त्र आदींचे उल्लेख आणि नवमानवतावाद, अतिवास्तवतावाद, रिफॉर्मिस्ट, सिनिसिझम यांसारखे शब्द, यामुळं हरि नारायण आपटे ते फडके-खांडेकर यांच्या पलीकडे दृष्टी न फेकणाऱ्या त्या विदुषीचे डोळे बहुधा दिपले असावेत! अधिक माहितीअंती ती विदुषी डॉक्टरेट करत असल्याबद्दल व प्राध्यापिका म्हणून विद्यार्थिवर्गात फार लोकप्रिय असल्याबद्दल कानी आलं. मनात आलं, पाटोळेंनी निवड तरी चांगली केली आहे. याबाबतीत तरी त्यांची दृष्टी मार्मिक आणि वृत्ती चिकित्सक दिसते.

त्यामुळं एके दिवशी त्यांच्या विवाहाची पत्रिका हातात पडली, तेव्हा मला फारसं आश्चर्य वाटलं नाही. मी ती सावकाशपणं उघडली. वधूचं नाव पाहून मला धक्काच बसला! विदुषीच्या नावाची मी अपेक्षा करत होतो, पण वधूच्या जागी एका उपमंत्र्याच्या मुलीचं नाव होतं. वधूवरांच्या नावांपेक्षा वधुपित्याचं नाव ठळक अक्षरांत छापण्यात आलेलं होतं. मनात आलं, आता प्राचार्यसाहेब मुख्यमंत्र्यांच्या अध्यक्षतेखाली चतुर्भुज होणार!

लग्नाला जायलाच हवं होतं. मुख्यमंत्री, गृहमंत्री यांसारखी मंडळी व बडे लोक येणार, म्हणून आलेली मंडळी समारंभाला उपस्थित होती. महाराष्ट्रातल्या झाडून साऱ्या वृत्तपत्रांत प्राचार्यांचं लग्न होणार असल्याची व लग्न झाल्यानंतर फोटोसह लग्नाची वार्ता पहिल्या पानावर प्रसिद्ध झाली होती. लग्नसमारंभात माझ्यासारखे किरकोळ लोक बाजूला पडले होते. मंत्री व त्यांचा गोतावळा निघून गेल्यावर आणि सर्वत्र स्थिरस्थावर झाल्यावर पाटोळेसाहेब माझ्याकडे आले. मंडपात आम्ही एका बाजूला बसलो होतो. त्यामुळं मोकळेपणानं गप्पा मारता येत होत्या.

"काय प्राचार्यसाहेब, जबाबदारी वाढली आता तुमच्यावरची! नवी जबाबदारी पेलायला उसंत मिळेल ना?" मी विचारलं.

"जमेल तसं करायचं!" पाटोळे हसत म्हणाले, मग हळूच त्यांनी विचारलं, "माझी पसंती आवडली की नाही?"

“छान आहे. शिक्षण कुठवर आलंय्?”

“व्ह. फा. पास आहे.”

“असं?” मी चकित होऊन विचारलं.

“तुमच्या कानावर आमचं ‘ते’ प्रकरण गेलं असेलच!— प्राध्यापिका... मराठी विषयाची...”

“हो. काहीतरी कानावर आलं होतं खरं.” मी गुळमुळीत म्हणालो, “त्याचं पुढं काय झालं?”

“मी खूप विचार केला. शेवटी ठरवलं की, माझ्या व्यक्तिमत्त्वाच्या असंख्य पैलूंचा योग्य तो विकास होण्यासाठी, माझ्या अंगच्या कर्तबगारीला वाव मिळण्यासाठी उपमंत्र्यांचा जावई होणं अधिक इष्ट होईल. ती विदुषी रडली, भेकली, ‘मला का वचनं दिलीत’ म्हणाली. मी म्हटलं, ‘बाई गं, तू माझ्यावर खरंखुरं प्रेम करते आहेस ना? तर मग मी आणखी मोठं व्हावं, आहे त्याहून मोठं व्हावं, माझ्या महत्त्वाकांक्षा सफळ व्हाव्यात, असं नाही तुला वाटत? तुझं प्रेम सच्चं असलं, तर तुला तसं वाटलं पाहिजे!’ ”

“मग काय म्हणाली ती?”

“म्हणाली, तिला तसं मनापासून वाटतं! मग मी म्हटलं, ‘तसं जर आहे, तर मी तुझ्याशी लग्न करून माझा विशेष असा काय फायदा होणार आहे? घरातल्या पुस्तकांची संख्या वाढणार नि त्यांची चळत ठेवायला टेबल पुरणार नाही— एवढेच ना दृश्य फायदे? मी आहे तिथंच राहणार. माझं पाऊल पुढं पडणं कठीण होणार! उपमंत्र्याच्या मुलीशी लग्न करून माझा केवढा फायदा होणार आहे, ते तू पाहतच राहा! ती जरी काळी असली, कुरूप असली, अशिक्षित असली; तरी त्या साऱ्या गोष्टी गौण आहेत. इतर सामान्य माणसाप्रमाणं, बायको हवी म्हणून मी लग्न करीत नाहीयै! माझ्या कर्तृत्वाचं नवं दालन खुलावं, मला पंख फुटावेत...’ वगैरे वगैरे सांगितल्यावर मुसमुसत ती निघून गेली. काल तिनं पोस्टानं राजीनामा पाठवला. बायकांना समजशक्ती जरा कमीच! मग ती एम्.ए., पीएच्.डी. का असेना!”

प्राचार्यसाहेब लग्नाचे पुढले विधी उरकण्यासाठी निघून गेले आणि मीही घरी परतलो.

त्यानंतर प्राचार्यांच्या नव्या नात्याचा फायदा त्यांना अपेक्षेपेक्षा अधिक मिळतो आहे, हे दिसून येऊ लागलं. अनेक मोठमोठ्या कमिट्यांवर त्यांच्या नेमणुका होऊ लागल्या. ‘समाजसत्तावाद’ की अशाच काहीतरी नावाच्या त्यांच्या एका भिकार चोपड्याला सरकारी पारितोषिक मिळालं. त्यांची आणखी एक-दोन पुस्तकं सरकारनं

प्रकाशित केली. सरकारतर्फे होणाऱ्या अनेक परिसंवादांची अध्यक्षस्थानं ते भूषवू लागले. भारतातर्फे युनोला जाणाऱ्या शिष्टमंडळात त्यांचा समावेश होणार, अशाही बातम्या उठल्या.

मी एकदा बसस्टॉपवर उभा असताना प्राचार्यांची नवी कोरी गाडी कच्कन् ब्रेक लावून माझ्यासमोर थांबली. मला त्यांनी गाडीत घेतलं. मागं ठेवलेल्या सावरीच्या कापसाच्या उशीवर आपली रुंद गर्दन टेकवून प्राचार्य समाधानानं म्हणाले, "काय डॉक्टर, ठीक चाललंय् ना? काही अडचणबिडचण असली, तर सांगा मला."

"आपल्या कृपेनं ठीक आहे!" मी म्हटलं, "तुमचं फार म्हणजे फारच ठीक चाललेलं दिसतंय्! सध्या एक कमिटी नाही की जिच्याशी तुमचा या ना त्या नात्यानं संबंध नाही! तुमच्यावर आता एक चरित्र लिहिलं पाहिजे! सक्सेस स्टोरी."

"चरित्र? नको रे बाबा! मी काही तेवढा मोठा नाही बरं का! नाहीतर खरोखरी लिहाल माझ्यावर चरित्र."

"काय, मनात आलं तर लिहूसुद्धा!" मी हसत म्हटलं. लिफ्ट दिल्याबद्दल आभार मानण्याचा हा मार्ग मी शोधून काढला, एवढंच!

पण दोन दिवसांनी मला त्यांचा फोन आला. "डॉक्टरसाहेब, आमचं चरित्रबिरित्र खरोखरी तुम्ही लिहीत नाहीय् ना?"

"अजून नाही. का बुवा?" मी तर ती गोष्ट विसरूनच गेलो होतो.

"नाही, म्हणजे सहज विचारलं." — त्यांनी फोन बंद केला.

सात-आठ दिवसांनंतर त्यांचा आणखी एकदा फोन आला. "डॉक्टरसाहेब, तुम्ही चरित्र लिहायचं अगदी निश्चित केलं असेल तर उपयोगी पडावेत म्हणून सध्या मी फोटो गोळा करतो आहे! चालेल ना?"

"हो... अं... चालेल– चालेल की!" मी पुरता गोंधळून गेलो होतो.

"एकदा आपण निवांतपणानं बसू. मला तुम्हाला बरंच काही सांगायचं आहे. ते प्राध्यापिका-प्रकरण गाळून टाका बरं का! मग मी कधी येऊ तुमच्याकडे?"

"छे छे! तुम्ही कशाला येता? मीच येतो तुमच्याकडे."

"असं कसं? तुम्ही आमचे चरित्रकार. आम्हीच तुमच्याकडे यायला पाहिजे. तुम्ही बिझी असणार! प्रकाशनाची काळजी करू नका बरं का! बरं झालं, तुम्हीच हे काम घेतलंत म्हणून. कारण तुम्ही मला चांगले ओळखता! ('चांगले'पुढं 'च' जोडायला महाशय विसरले असावेत.) आणखी कुणी हट्ट धरून बसला असता, तर माझी पंचाईत झाली असती! आणि हो— लवकरच तुमची अपॉइंटमेंट एका महत्त्वाच्या कमिटीवर होणार आहे. तुमच्यासारख्या बुद्धिमान माणसाला..."

मी त्यांना मध्येच थांबवलं नि फोन बंद केला. न केलेल्या कामाचा मोबदला

प्राचार्य 'इन् ॲडव्हान्स' देत होते मला!

सध्या प्राचार्य स्वतःच्या तैलचित्रांची अनावरणं करत हिंडत असतात. अनेक ग्रामपंचायतींच्या व जिल्हा परिषदांच्या कचेऱ्यांतून त्यांची तैलचित्रं लावली जात आहेत. *त्यातून वेळ मिळाला, तर ते फोन करून 'चरित्रलेखन कुठपर्यंत आलंय्' म्हणून मला विचारतात.*

मी काहीतरी सांगून वेळ मारून नेतो. कारण अजून मी ते काम सुरू केलेलं नाही; करण्याचं धाडसही होत नाही!

. १ ३ .

गांधीजी आणि टायगर क्लब

टायगर क्लबची साप्ताहिक बैठक 'खैबर' हॉटेलमध्ये भरली होती. टायगर सिन्हा अध्यक्षस्थानी स्थानापन्न झाले होते. सेक्रेटरी टायगर कोलवाळकर डोळे मिटून चिंतन करत असल्याचा आव आणत होते खरे; पण ते बसल्या-बसल्या झोप घेत आहेत, असा बहुसंख्य टायगर्सना संशय होता.

प्रारंभी सर्व सभासदांनी देशाशी एकनिष्ठ राहून देशाच्या उन्नतीसाठी प्रामाणिकपणे झटेन, अशी इंग्रजीत शपथ घेतली होती. ही शपथ घेताना टायगर परांजपे लोटूमल छोटूमल मारवाड्याकडून मिळालेल्या पन्नास हजार रकमेची कशी विल्हेवाट लावायची याचा विचार करत होते, तर टायगर मवीन कुर्वे दिल्लीच्या कस्टम डिपार्टमेंटमधल्या डिसूझाला 'व्हॅट सिक्स्टीनाइन' च्या किती बाटल्या द्याव्या लागतील, या हिशेबात मग्न होते. शपथ घेऊन झाल्यानंतर सर्व मंडळी खाली बसली व सेक्रेटरी टायगर कोलवाळकर यांनी डोळे मिटून समाधी लावली. बहुतेक टायगर्सना इंपोर्ट लायसेन्सपासून इन्कमटॅक्सपर्यंतच्या अनेक काळज्या पोखरत गेल्या, त्यामुळे टायगर सिन्हा भाषण करू लागले, तेव्हा त्याकडे कोणाचेच लक्ष नव्हते.

ते म्हणत होते, ''या वर्षी आपण महात्मा गांधी जन्मशताब्दी साजरी करायची आहे, तेव्हा त्यानिमित्त कोणते कार्यक्रम योजावेत, कोणते नवे उपक्रम हाती घ्यावेत, ते टायगर क्लबच्या सभासदांनी कृपया सुचवावे.''

सारी सभा थोडा वेळ चित्रासारखी स्तब्ध होती. बहुतेक

सभासदांचे शरीर खैबर हॉटेलमध्ये होते तरी मन दिल्लीचे सेक्रेटरीएट, मुंबईचे इन्कमटॅक्स डिपार्टमेंट, मलबार हिल, महाबळेश्वर, पश्चिम जर्मनी अशा विविध ठिकाणी भटकत होते.

टायगर सिन्हांनी पुन्हा तेच सांगितले.

टायगर कानविंदे त्रस्त मुद्रा करून म्हणाले, "गांधी जन्मशताब्दी याच वर्षी साजरी करायची, असा आग्रह का?"

"बरोबर आहे!" नवीन कुर्वे म्हणाले, "बँका सरकारनं ताब्यात घेतल्या, त्या गडबडीत ही नवी भानगड."

"पुढल्या वर्षी आपण हा समारंभ साजरा करू-" कानविंदे म्हणाले.

टायगर सिन्हा शांतपणे म्हणाले, "जन्मशताब्दी याच वर्षी साजरी करायची, ती एवढ्याचसाठी की गांधीजींचा जन्म होऊन या वर्षी शंभर वर्षं पूर्ण होतात. गांधीजींना एक वर्षं झालं, त्याची शताब्दी पुढल्या वर्षी होईल. पण तसली शताब्दी साजरी करायची फारशी पद्धत नाही!"

सिन्हांच्या संथ बोलण्याने सेक्रेटरी कोलवाळकरना जाग आली. कदाचित त्यांची एक डुलकी पूर्ण झाली असावी! ते सेक्रेटरीच्या थाटात म्हणाले, "मित्रहो, या वर्षी जन्मशताब्दी साजरी करायची, हे एकदा ठरलं— आता तुम्ही कार्यक्रम सुचवा."

"आपण खेड्यात जाऊ— गो टु व्हिलेज!"

"कशाला? पिक्‌निक्‌साठी?"

"छे— छे! तिथं जाऊन दारूबंदी करू!"

"म्हणजे काय करायचं?"

"हातभट्ट्या बंद पाडायच्या!"

"कशाला उगाच गांधी जन्मशताब्दीच्या वेळी गरीब लोकांच्या पोटावर पाय आणायचा? पुअर पीपल विल कर्स अस्!"

सेक्रेटरी कोलवाळकर जांभया देत म्हणाले, "आपण ब्लड बँक खेडेगावात नेऊ— खेडेगावातल्या लोकांना ब्लड डोनेट करायला सांगू— तेवढंच समाजकार्य!"

टायगर सिन्हा उपरोधपूर्ण हसले व म्हणाले, "म्हणजे झालं!— आधीच आपण गरिबांचं रक्त शोषण करतो, असा आपल्यावर वृथा आरोप आहे; त्यात खेड्यात जाऊन, तिथल्या लोकांचं रक्त ब्लड बँकसाठी घेतलं, तर मग बोलायलाच नको!"

"मग आपण लिटरसी ड्राइव्ह सुरू करायची का?"

"म्हणजे काय?- प्लीज एक्सप्लेन!"

"साक्षरता प्रसार! व्हिलेसर्जना एबीसीडी शिकवू!"

"एबीसीडी की श्री गणेशा?" कानविंदेंनी शंका काढली.

"श्री गणेशा माझ्यासारख्याला जमणार नाही."

"आपला क्लब कॉस्मॉपॉलिटन आहे. तेव्हा रीजनल लँग्वेज नको."— एवढा वेळ गप्प बसलेले टायगर सुब्रह्मण्यम् उद्गारले.

"पण लीटरसी ड्राइव्ह म्हणजे कटकटच फार! एक दिवस जाऊन त्यांना अल्फाबेट शिकवले म्हणजे ते साक्षर नाही होणार... निदान दोन-तीन महिने तरी नियमानं जावं लागणार— धिस इज इंपॉसिबल!" —मवीन कुर्वे.

"हूं— तेवढा वेळ आहे कुणाला?" कपाळावर आठ्या चढवून टायगर कामत म्हणाले.

प्रेसिडेंट टायगर सिन्हांनी हातोडा टेबलावर आदळला. 'सायलेन्स' केलं. मग ते गंभीरपणाने म्हणाले, "मला वाटतं— या विषयावर फारच विद्वत्तापूर्ण आणि उच्च पातळीवरचं डिस्कशन झालं आहे. या विषयासाठी मी सात मिनिटं दिली होती— ती वेळ संपलेली आहे. आपण सर्वांनी एक निर्णय घेतला आहे. गांधी जन्मशताब्दी साजरी करायची! त्याबाबतचा तपशील ठरवण्यासाठी आणखी एक कमिटी नेमून टाकू. मी त्या कमिटीचा अध्यक्ष राहीन. टायगर मवीन कुर्वे आणि टायगर सुब्रह्मण्यम हे दोन मेंबर्स. कमिटी आपला अहवाल लवकरच सादर करील."

"निदान तो १९७० पर्यंत सादर केला जावा." टायगर कोलवाळकरांनी टोला मारला. क्लबची प्रेसिडेंटशिप न मिळाल्यामुळे ते संधी मिळेल तेव्हा टायगर सिन्हांना झोडपत. तेवढे करून त्यांनी पुनश्च डोळे मिटले.

सिन्हा काही बोलले नाहीत. "एनी अदर सजेशन्स? कंप्लेंट्स?"

कामत तक्रारीच्या सुरात म्हणाले, "प्रेसिडेंट सर– मीटिंग झाली की नंतर रिफ्रेशमेंट असते. पण त्यात व्हेजिटेरियन पदार्थ जास्त असतात, अशी माझी तक्रार आहे. निदान निम्मे पदार्थ मटणाचे-फिशचे असले पाहिजेत. माझ्यासारख्याला तर व्हेजिटेरियन जिन्नस खाववत नाहीत— प्लीज नोट!"

"करेक्ट! आणि नेहमी तेच पदार्थ देण्यात येतात– व्हरायटी नसते." कोलवाळकर पुढं सरसावले, "परवा मी चायनीज हॉटेलमध्ये गेलो होतो. तिथल्या डिशेस् मला फार आवडल्या. तुम्हा मंडळींना जरूर आवडतील. तेव्हा मधूनमधून चायनीज डिशेस् – काँटिनेंटल डिशेस्–"

"ठीक आहे." सिन्हा म्हणाले, "या विषयासाठी दिलेली तीन मिनिटं संपली आहेत."

मग त्यांनी टायगर क्लबला उद्देशून आलेलं एक पत्र वाचून दाखवलं. एका गरीब माणसाचा थोरला मुलगा अत्यवस्थ होता. त्याच्यावर चांगले औषधोपचार करता यावेत, म्हणून त्यानं क्लबकडे पैशाची मागणी केली होती.

गांधीजी आणि टायगर क्लब / १२९

पत्रातला मजकूर ऐकून बहुतेकांच्या तोंडावर 'काय शिंची कटकट आहे' असे भाव उमटले. सर्वांनी आपापसांत या विषयांवर चर्चा केली. शेवटी या पत्राचा विचार पुढील मीटिंगमध्ये करावा, असे बहुमताने ठरले.

कोलवाळकरांच्या टोमण्यामुळे का असेना, सिन्हा कमिटीनं गांधी जन्मशताब्दी क्लबने कशी साजरी करावी यासंबंधीचा अहवाल फक्त तीन महिन्यांत म्हणजे तडकाफडकी सादर केला. एखाद्या सोईच्या दिवशी क्लबच्या सर्व सभासदांनी जवळच्या खेड्यात जावं, एखाद्या मिनिस्टर वा डेप्युटी मिनिस्टरला बोलावून त्याच्या अध्यक्षतेखाली सभा घ्यावी. मग खेड्यातल्या लोकांना कपडे, औषधे व इतर पदार्थ मोफत वाटावेत, असे कमिटीने अहवालात म्हटले होते. कमिटीचे एक सदस्य टायगर सुब्रह्मण्यम यांनी अहवालाच्या शिफारशीवर एका बाबतीत मतभेद प्रकट केला होता. क्लबने खेड्यात जाण्याऐवजी खेड्यातल्या लोकांना शहरात बोलावून घ्यावे. कारण खेड्यात घाण फार असते. रस्ते चांगले नसतात. तिथल्या पाण्यात असंख्य बॅक्टेरिया असल्याने ते पाणी प्यायल्यास रोगराई उद्भवेल वगैरे शंकाकुशंका त्यांनी काढल्या होत्या. परंतु बहुमताने असे ठरले की एक दिवस खेड्यात जावे आणि साफसफाई, श्रमदान याबरोबर कपडे, औषधांचे दरिद्री-नारायणांसाठी वाटप करावे.

टायगर क्लबच्या मीटिंगपुढे हा अहवाल आला, तेव्हा प्रथम कुठले खेडे ते ठरेना. डबेवाडी बुद्रुक हे खेडे निश्चित झाल्यानंतर तिथे कधी जावे, यावर एकमत होईना.

"त्या दिवसांत माझी दिल्ली ट्रिप आहे, सप्टेंबरमध्ये जावं."

"सप्टेंबरमध्ये मला रूमानिया, युगोस्लाव्हिया या देशांना भेटी द्यावयाच्या आहेत. ऑक्टोबरला जावं."

"पण ऑक्टोबरला प्रॉडक्टिव्हिटीवर चार दिवसांचं सेमिनार आम्ही महाबळेश्वरला भरवणार आहोत. त्याची तयारी मला करायची आहे. नोव्हेंबरला ठरवा."

"नोव्हेंबर-डिसेंबर या दोन महिन्यांत अमेरिकन, जपानी शिष्टमंडळं कारखान्यांना भेटी देणार आहेत— ट्रेड डेलिगेशन्स! त्या वेळी आपल्यापैकी बहुतेक जण बिझी असणार."

अखेरीस कमीत कमी लोकांना गैरसोईचा असा एक दिवस ठरवण्यात आला. लागोलग संपूर्ण कार्यक्रमाची रूपरेषा वृत्तपत्रांकडे प्रसिद्धीसाठी देण्यात आली.

ठरलेल्या दिवशी स्पेशल बस सकाळी सात वाजता निघणार होती. पण त्या वेळी बसचा ड्रायव्हर सोडल्यास कुणीही हजर नव्हते. मंडळी हळूहळू गोळा होऊ लागली.

"इतक्या पहाटे उठतोय कोण लेकाचा!"

"रात्री दोन वाजेपर्यंत पार्टी होती."

"कसली? साधी का ओली?"

"हूं! रात्रीच्या पार्टीला काय लिंबाचं सरबत घ्यायचं काय?"

"आज एक दिवस रेस्ट घ्यावी म्हटलं तर..."

नऊ वाजेपर्यंत पन्नास टायगर्सपैकी पंचवीसएक जमले. स्वत: प्रेसिडेंट सिन्हा नऊ वाजता आले आणि आल्यापासून निघायची गडबड करू लागले. दहा वाजता त्यांनी डबेवाडी बुद्रुक गावी एका उपमंत्र्यास बोलवले होते आणि छोट्याशा समारंभानंतर श्रमदानाला सुरुवात होणार होती. उपमंत्री पोचण्यापूर्वी बस डबेवाडी गावी पोचणे आवश्यक होते.

कशीबशी बस डबेवाडीला दहा वाजता पोचली. सुदैवाने उपमंत्री साडेदहाला आले. उशीर झाल्यामुळे खेड्यातल्या साफसफाईचा कार्यक्रम रद्द करण्यात आला. उपमंत्री मोटारीने चावडीपाशी आले आणि टायगर क्लबच्या गांधी जन्मशताब्दी समारंभास प्रारंभ झाला. प्रेसिडेंट टायगर सिन्हा सुरुवातीला बोलायला उठले खरे; पण उठल्यानंतर त्यांना आढळून आले की गांधींविषयी आपल्याला तशी फारशी माहिती नाही! पंचा वापरत, शेळीचं दूध पीत, चरख्याला त्यांनी उत्तेजन दिले व उपास करून इंग्रजांना हाकलले; यापलीकडे गांधींच्या कार्याविषयी व चरित्राविषयी आपण सर्वस्वी अज्ञानी आहोत याची त्यांना ऐनवेळी जाणीव झाली. तेवढे सांगून "गांधींजीविषयी मी काय सांगावं? सगळ्यांना ते ठाऊक आहेच! शिवाय आजचे पाहुणे सन्माननीय उपमंत्री त्यांच्यासंबंधी सांगतीलच." अशी पुस्ती जोडून सिन्हांनी आपले भाषण संपवले.

गंमत अशी की, उपमंत्र्यांनाही गांधीजींविषयी फारशी माहिती नव्हती. "स्वातंत्र्य मिळून बावीस वर्षं झाली तरी आपण गांधीजींच्या मार्गानं जात नाही, याचा अर्थ काय?" असा सवाल त्यांनी टेबलावर मूठ आपटून जमलेल्या शे-सवाशे लोकांना विचारला, तेव्हा सर्व लोक घाबरून गेले होते यात मुळीच संशय नव्हता. "गांधींनी सतत एकवीस दिवस उपोषण केलं, तसं तुमच्यापैकी एकाला तरी जमेल काय? मग कसल्या गमज्या सांगता?" असे उपमंत्र्यांनी डोळे फिरवून पुन्हा पुन्हा विचारले. तेव्हा जमलेल्या बहुतेक मंडळींच्या रिकाम्या पोटात आणखी खोलवर खड्डा पडला. "चित्तशुद्धीसाठी उपास करा, नैष्ठिक ब्रह्मचर्य पाळा, नवसमाज निर्माण करा–" असे दिव्य संदेश देऊन उपमंत्री खाली बसले, तेव्हा डोळे मिटून बसलेल्या टायगर कोलवाळकरसकट सर्वांनी टाळ्यांचा कडकडाट केला. "असलं स्पीच मी जन्मात ऐकलं नाही", असं टायगर सिन्हा उपमंत्र्यांच्या कानात म्हणाले तेव्हा "असली स्पीचं मी नेहेमीच देतो", असे विनयपूर्ण उद्‌गार उपमंत्र्यांनी काढले.

टायगर्सनी येताना बरोबर आठवणीने फोटोग्राफर आणला होता. तो कॅमेरा सरसावून उभा होताच. खेड्यातली पाऊलवाट रुंद करण्याचे काम हाती घ्यायचे टायगर्स क्लबने ठरवले होते. पाऊलवाटेच्या तोंडाशी सर्व टायगर्सचा उपमंत्र्यांबरोबर फोटो काढण्यात आला. मग केक्स, सँडविचेस, कटलेट्स आणि चहा— असा साधा चहापाण्याचा कार्यक्रम झाला. एवढं झाल्यानंतर उपमंत्री पुढल्या गावाकडे रवाना झाले. तिथे त्यांच्या हस्ते कुटुंबनियोजन पंधरवड्याचे उद्घाटन होते. जाताना त्यांनी टायगर सिन्हांना एका बाजूला का घेतले, त्यांच्याशी दहा मिनिटे कसली चर्चा केली व सिन्हांच्या हातात कसली चिठ्ठी दिली, याबद्दलचे औत्सुक्य कोलवाळकरांपासून सर्वांना होते. सिन्हा उपमंत्र्यांना तसे फुकट सोडणार नाहीत याची सर्वांना अटकळ होती. पण आपले काम ते इतक्या तडकाफडकी करवून घेतील याची मात्र कुणाला कल्पना नव्हती.

उपमंत्री चिठ्ठी देऊन निघून गेल्यावर दस्तुरखुद्द प्रेसिडेंट सिन्हा खुशीत आले. त्यांनी बसमध्ये ठेवलेली कुदळ व लोखंडी पाटी उचलली. शर्ट काढून ठेवला, पँट वर खोवली आणि फोटोग्राफरला डोळ्याने इशारा करून पाऊलवाटेवर पहिली कुदळ मारली. त्यांना काम करताना पाहून हळूहळू इतरांनीही कुदळ-फावडी हातात घेऊन श्रमदानास सुरुवात केली. शहरातले लोक काम करतात तरी कसे, हे पाहायला डबेवाडीतली एव्हाना निम्मीशिम्मी जनता गोळा झाली होती. त्यांचा एकच

'कालवा' सुरू होता आणि वीस-पंचवीस टायगर्स मोठ्या उत्साहाने श्रमदान करण्यात गुंतले होते.

बराच वेळ म्हणजे जवळजवळ पाच-सात मिनिटे गेली. सिन्हा घामाघूम झाले. कोलवाळकर पाटीवर बसून डोळे मिटू लागले होते, तेव्हा सेक्रेटरी काम करत नाही, आम्ही का करू— असे म्हणत पाच-सहा लोक फुरंगटून बसले. सुब्रह्मण्यमनी पायावर कुदळ मारून घेतली आणि त्यांना औषधोपचार करण्याच्या निमित्ताने आणखी दोन-तीन टायगर्स पाऊलवाटेने कुठे तरी गायब झाले.

तरीपण सिन्हा आणि आणखी दहा-बारा मंडळी धीर न सोडता काम करत होती.

फुरंगटून बसलेल्यांपैकी एक टायगर म्हणाले, ''या सिन्हाला त्या मिनिस्टरनं लायसेन्स दिलेलं दिसतंय किंवा कोणाच्या तरी नोकरीसाठी चिठ्ठी, म्हणून जोर आलाय!''

''जोर नाही; काही नाही!'' कोलवाळकर डोळे किलकिले करून म्हणाले, ''या सिन्हाचा जन्म गेला असली म्हारकी करण्यात! आता स्मगलिंग करून श्रीमंत झालाय लेकाचा. सिंह कुठला; सिन्हाचं कातडं पांघरलेला बोकड आहे हा! असली कामं करायची सवय आहे त्याला!''

''बाकी काही म्हणा, आपल्याला असल्या कामाची मुळीच सवय नाही. अहो, मघाशी चप्पल थोडी पायातनं काढली तर पायाला खडे टोचायला लागले.

कळवळलो नुसता!''

''तर काय हो! पूर्वपुण्याईनं मी तर सोन्याचा चमचा तोंडात घेऊनच–''

''म्हणजे सिल्व्हर स्पून—''

''छे हो! सिल्व्हर स्पून नव्हे; अगदी गोल्डन—शंभर नंबरी गोल्डचा! तर, श्रीमंतीत जन्माला आलो. दुपारी झोपताना चिमण्या चिवचिवतात म्हणून चिमण्यांना हाकलण्यासाठी स्पेशल माणूस असायचा उभा माझ्या बेडपाशी.''

''वा! हो का?''

''असली दरिद्री थेरं काढली कुणी म्हणतो मी!''

''त्या सिन्हानं– शिवाय मवीन कुर्वे आहेच.''

''पण आज कुठं तरी मस्तपैकी लंच ॲरेंज करायचं, कॅबेरे डान्स ॲरेंज करायचा! मागच्या वर्षी नाही का–''

''अहो, पण मागच्या वर्षी गांधी जन्मशताब्दी नव्हती महाराज!''

''निदान एक दिवस तरी करमणूक असू द्या!''

दरम्यान, सिन्हा आणि पाच-सहाजणांची विकेट पडली होती. हाशहुश् करत ते मंडळात सामील झाले. सिन्हांनी इतक्या उत्साहाने काम केले होते की, त्यांना धाप लागली होती आणि नीट बोलवत नव्हते.

''आपण येताना आपले सर्व्हंट्स आणायला हवे होते.'' टायगर कामत घाम पुसत उद्गारले.

''ते का?''

''आपल्याऐवजी त्यांनी काम केलं असतं; आपण नुसती सुपरव्हिजन.''

''वा रे वा! मग श्रमदान?''

''अहो, आपण श्रम करून सर्व्हंट्सचा पगार देतो ना? मग इन्डायरेक्टली आपणच श्रमदान केल्यासारखं!''

''आता काय उपयोग त्याचा? एनीवे, आपण दोन कुक्स आणले आहेत येताना— त्यांचा स्वयंपाक झाला का बघा आधी! वुई आर टेरिबली हंग्री!''

''तर काय! थोडा वेळ का होईना, श्रम केलेच की नाही आपण?''

शहरी पाहुण्यांची गंमत पाहायला जमलेल्यांपैकी काही मंडळींनी कुदळी-फावडी घेऊन काम करायला सुरुवात केली होती. अर्ध्या-एक तासात पाऊलवाटेचा केवढातरी भाग रुंद झाला.

''बघितलंत— ज्याचं काम त्यानं करावं! आपल्याला ते जमणार नाही. या मंडळींना इंपोर्ट लायसेन्स मिळवणं जमणार नाही! एनी वे — आपण त्यामानानं चांगलं काम केलंय! लेट अस हॅव द लंच नाऊ!''

सात-आठ कोंबड्या व ढीगभर पावाचे स्लाईस, टोमॅटो, काकड्या, बीट या सर्व पदार्थांचा खुर्दा केल्यावर मंडळींची भूक निवाली. चिकनचं जेवण हातीपायी गेलं आणि मंडळींना घरच्या डनलॉप-पिलोची तीव्रतेनं आठवण होऊ लागली.

"काय हो प्रेसिडेंट, घरी चलायचं का?"

"आत्ताच?" सिन्हांनी आश्चर्याने विचारले.

"मग आता काय काम उरलंय?"

"गावच्या मंडळींचे प्रश्न समजावून घ्यायचे, काय करता येईल ते करायचे, शिवाय डिस्ट्रिब्युशन–"

"पण त्यांची झोपेची वेळ–"

"छे! ह्या वेळी झोपायला त्यांनी काय आपल्यासारख्या कोंबड्या पचवल्यात? हॅ हॅ हॅ हॅ!"

अखेरीस हो-ना करता, गावकऱ्यांना एकत्र जमवण्यात आलं. चावडीपुढे गावकरी गोळा झाले. मवीन कुर्वे म्हणाले ते खोटे नव्हते.

कुणाही गावकऱ्याच्या डोळ्यांवर झोप नव्हती!

सिन्हा उभे राहिले व म्हणाले, "मंडळी, आम्ही शहरातल्या लोकांनी तुमच्यासाठी काय जमेल ते करावं, असं आज ठरवलंय! पूज्य गांधीजींच्या आत्म्यास शांती देण्याचा हाच एक उपाय आहे. गांधी गरिबांसाठी झटले; आम्हीही एक दिवस गांधींसारखे गरिबांसाठी झटणार आहोत. आम्ही येताना काही औषधांच्या बाटल्या, हातरुमाल व कंगवे वगैरे वस्तू आणल्या आहेत. कार्यक्रम संपल्यावर सर्वांनी क्यू करून ते पदार्थ जरूर घ्यावेत! हातरुमालानं मनं साफ होणार नाहीत, हे खरं– निदान शरीर साफ करू! (इथं काही तरुण मुलांनी टाळ्या वाजवल्या.) आम्ही गांधी जन्मशताब्दीनिमित्त तुमच्यासाठी एक एसे कॉंपिटिशन जाहीर करत आहो! पहिलं बक्षीस शंभर रुपये—"

"ही काय भानगड हाय?" एक म्हातारा डोळे बारीक करून विचारू लागला.

"एसे कॉंपिटिशन– म्हणजे निबंधस्पर्धा."

"त्येच! पण त्येचा अर्थ काय?"

एक तरुण मुलगा खेकसला, "दाजीबा, तुला मागनं सांगतु. अवं पावणं, बोला पुढं."

"निबंधस्पर्धेचा विषय आहे, 'औद्योगिक विकासाविषयीची गांधीजींची कल्पना.' विषय सोपा आहे. पंधरा दिवसांच्या आत निबंध पाठवायचा! तपशील आमचे सेक्रेटरी कोलवाळकर देतील."

कोलवाळकर डोळे मिटून बसले. या वेळी ते खरोखरी झोप काढत असावेत!

“ठीक आहे- नंतर त्यांच्याकडून छापील पत्रकं घ्या!” सिन्हा नाउमेद न होता म्हणाले.

एक भरघोस मिशा असलेला पटकेवाला इसम पुढे सरसावला-

“पावणं, तुमी आमचं येक ऐकता का?”

“हो- जरूर.”

“गावात हीर नाही- एक हीर बांधून द्यायची तर द्या-”

“विहीर?” —कामत.

“वेल्?” —सुब्रह्मण्यम् —“अय्योय्यो- व्हेरी एक्सपेन्सिव्ह!”

“निदान दोन-तीन हजार.”

“जास्तच, पण कमी नाही- कारण इथली जमीन नुसती खडकाळ आहे.”

सिन्हा घसा खाकरून म्हणाले, “विहिरीचं काम आम्ही पुढल्या खेपेस मनावर घेऊ! या खेपेला डबेवाडी गावात एक ट्रॅफिक आयलंड बांधून द्यायचं आम्ही ठरवलं आहे—”

“ही दुसरी काय भानगड?” —तोच म्हातारा.

सिन्हांना नीट सांगता येईना. शेवटी ते म्हणाले, “आठ दिवसांत मजूर काम करू लागतील; मग तुमच्या ध्यान्यात येईल! काय? सगळा खर्च आम्ही करणार आहोत! तुम्हाला एक पैसा खर्च नाही. आणखी काही सूचना?”

पण गावकरी मंडळी सूचना करायला पुढे आली नाहीत. म्हातारा दाजीबा व तो पटकेवाला तंबाखू चोळीत डोळे बारीक करून मंडळींकडे पाहत गुमान बसून होते!

तोपर्यंत मवीन कुर्वेने हातरुमाल वाटायच्या कामाला सुरुवातसुद्धा केली होती. मग त्यानंतर कंगवे वाटण्यात आले. दोन-चार टायगर्स धंद्यानं डॉक्टर होते. त्यांनी औषधांच्या बाटल्या फुकट वाटल्या. एका पैलवानाला टी.बी.वरचे औषध मिळाले व गरोदरपणी घ्यायचे औषध म्हाताऱ्या दाजीबाच्या हाती पडले.

“अवं पावणं, ही बाटली कशापायी वापरायची?”

“हां— ते मात्र डॉक्टरांना विचारा. इथं डॉक्टर नसेल, तर माझ्याकडे या. हे घ्या माझं व्हिजिटिंग कार्ड.” – डॉक्टर शर्मांनी तेवढ्यात चपळाई केली.

कोलवाळकर बसमध्ये बसून घोरत होते. हळूहळू बाकीची मंडळी गावकऱ्यांचा प्रेमळ वगैरे निरोप घेऊन बसमध्ये बसली.

बस सुटली. शहराकडे पोचेपर्यंत बहुतेकांना एकसारखे ढेकर येत होते. पण ते समाजसेवा केल्याबद्दलच्या तृप्तीचे की मसालेदार चिकनचे होते, हे झोपेत कुणालाच नीटसे समजले नाही!

◈◈◈